చారిత్రక వీర తెలంగాణ రైతాంగ సాయుధ పోరాట నేపథ్యం

మా భూమి

నాటకం

సుంకర సత్యనారాయణ

వాసిరెడ్డి భాస్కరరావు

 నవచేతన పబ్లిషింగ్ హౌస్

MAA BHOOMI *(DRAMA)*

- Sunkara & Vasireddy

ప్రచురణ నెం. : 354/03 R2

ప్రతులు : 1000

రెండవ ముద్రణ : జనవరి, 2019

© ప్రచురణకర్తలు

వెల: ₹ 70/-

ప్రతులకు:

నవచేతన పబ్లిషింగ్ హౌస్

గిరిప్రసాద్ భవన్, బండ్లగూడ(నాగోల్) జి.ఎస్.ఐ. పోస్ట్
హైదరాబాద్-500068. తెలంగాణ.
ఫోన్స్-అకౌంట్స్: 040-29884453.
ఫోన్స్-గోడౌన్: 040-29884454.
E-mail: navachethanaph@gmail.com

నవచేతన బుక్ హౌస్

బ్యాంక్ స్ట్రీట్ (ఆబిడ్స్), కూకట్‌పల్లి,
కొండాపూర్, బండ్లగూడ(నాగోల్)-హైదరాబాద్.
హన్మకొండ, ఖమ్మం.

- ప్రచురణకర్తలు.

ముద్రణ : **నవచేతన ప్రింటింగ్ ప్రెస్,** హైదరాబాద్.

మొదటి ముద్రణ కు - ముందుమాట

మనవి

ఇది మా మూడో నాటకం. మా మొదటి నాటకం 'ముందడుగు'. ఈ నాటకానికి ఆంధ్ర ప్రజానీకం ఇచ్చిన బ్రహ్మాండమైన స్వాగతమే మమ్మల్ని 'అపనింద' రాయడానికి ప్రోత్సహించింది. ముందడుగు మూడువేల ప్రతులు మొదటి మూడు మాసాల్లోనే ఖర్చు అయిపోయాయి.

ఇంతలోనే మద్రాసు అడ్వైజరి ప్రభుత్వం ఈ నాటక ప్రదర్శనాన్ని నిషేధించింది. ఇందుకు నిరసన తెల్పుతూ ఆంధ్ర ప్రజానాట్యమండలి ఆదేశానుసారం 15-8-46 వ తేదీన ఆంధ్రదేశంలో 'ముందడుగు దినోత్సవం' జరుపబడింది. తీర్మానాలు ప్యాసుజేశారు. టెలిగ్రాములు పంపించారు. రాయబారాలు నడిపారు ఆంధ్రదేశంలో ప్రథమశ్రేణికి చెందిన పత్రికలు, సాహితీ సభలు, కవులు, మంత్రుల కోరికపై 'ముందడుగు' నాటకం-1 ఇంగ్లీషు అనువాదాన్ని కూడా పంపాం.

'మా భూమి' ని కూడా 'ముందడుగు' కంటె మరో ముందడుగు అని ఆంధ్ర ప్రజలందరూ అభినందించారు. ఇవికూడా అచ్చువేసిన రెండువేల ప్రతులూ మొదటి రెండు మాసాల్లోనే అయిపోయాయి. ఆంధ్రదేశంలో ఇప్పటికి 125 'మా భూమి' నాటకదళాలేర్పడి, వేయికి పైగా ప్రదర్శనాలిచ్చాయి. కాంగ్రెసు మంత్రుల ఆధ్వర్యం కింద మద్రాసులో ఈ నాటకం ప్రదర్శింపబడి, వారిచే మన్ననలు బడసింది. కాని, ప్రజాప్రభుత్వహయాంలో కూడా అధికారులు కొందరు ఇంకా నిరంకుశంగానే ప్రవర్తిస్తున్నారు. 'మా భూమి' ప్రదర్శన పశ్చిమ గోదావరి జిల్లాల్లో మొదట నిషేధింపబడింది. ప్రజాందోళన ఫలితంగా మా భూమి,

ముందడుగులపై ఈ నిషేధం కొంత ఆసల్యంగానైనా రద్దు అయినందుకు సంతోషిస్తున్నాం.

నల్లగొండ జిల్లాలో జరిగిన ప్రజాపోరాటాన్ని గురించి ఈ నాటకం రాయబడింది. ఆ పోరాటంలో 240 గ్రామాలపై పోలీసు దాడులు జరిగాయి. 8, 500 మంది అరెస్టు అయ్యారు. 15,390 మంది నైజాం ప్రభుత్వం హింసాకాండకు గురి అయ్యారు. రు.12 లక్షల 25 వేల విలువగల ఆస్తి లూటీ చేయబడింది. 52 మంది వీరులు ప్రాణాలను కోల్పోయారు. నైజాం కిరాతకుల చేతుల్లో 64 గురు స్త్రీలకు - మన తెలుగు సోదరీమణులకు - మానభంగం జరిగింది. వీరిలో యిద్దరు మరణించారు. ఈ మహోజ్జ్వల పోరాటమే మమ్మల్ని ఈ నాటకం రాయడానికి ప్రోత్సహించింది.

నైజాం నిరంకుశత్వాన్ని ఎదిరించి వీరోచితంగా పోరాడిన, పోరాడుతున్న తెలంగాణా సోదరులకు 'మా భూమి' ఏమాత్రం తోడ్పడినా మా ప్రయత్నం ఫలించిందని భావిస్తాం.

ఈ నాటక రచనకు మమ్ములను మొదటినుంచి ప్రోత్సహించి, యెప్పటి కప్పుడు తగుసలహాల నిచ్చి మాచే ఈ నాటకం పూర్తి చేయించింది శ్రీ మద్దుకూరి చంద్రశేఖరరావుగారు. వారికి మా యందున్న వాత్సల్యానికి సర్వదా కృతజ్ఞులం.

1947,
విజయవాడ.

- రచయితలు

"ఇంతవరకు అనేకమందిమి అనేక నాటకాలు చూశాం. కాని నా వుద్దేశంలో అవేవీ నాటకాలు మాత్రం కావనీ, ఇదొక్కటే కళాన్వితమైన నాటకమనీ నా అభిప్రాయం."

- లింగమూర్తి

"ఈ నాటకం చూచాక ప్రతి నాటకకర్తా, ప్రజల నింతగా అకర్షించే లాగునా, మంత్రముగ్ధుల్ని చేసే విధంగానూ రాయగలగాలని కోరుకోవాలి. నేను ఈ నాటకాన్ని మూడు తడవలు చూచాను. మొదటిసారి చూచినప్పు డెంత బాగుందో, మూడోసారి చూచినప్పుడు కూడా అంతే బాగుంది."

- నార్ల వెంకటేశ్వరరావు

"సోదర తెలంగాణా ప్రజలు అష్టకష్టాలూ పడుతున్నారు. దుర్భర పరిస్థితులకు లోనవుతున్నారు. వీటినుంచి బయటపడాలంటే మనలో ధైర్య స్థయిర్యాలు రేకెత్తాలి. దానికి ఈ నాటకం మహత్తరంగా పని చేసింది. అంతా విషాదం, అంతా సంతోషం ఉంటే నాటకం రక్తికట్టదు. ఇందులో అన్ని రసాలూ ఉన్నాయి. ఇంత అద్భుత రచనను తీసికొని ప్రజానాట్యమండలివారు ప్రదర్శించడం మన అదృష్టం."

- గాడిచర్ల హరిసర్వోత్తమరావు

"ఎటువంటి సాంఘికనాటకం ఆదర్శప్రాయమో, దేనికొరకు నేను ఇంతకాలంనుంచీ కలలు గంటున్నానో, అటువంటి నాటకాన్ని ఈనాడు చూడగలిగినందుకు నాకు చాలా ఆనందంగా ఉంది. శ్రీ గురజాడ అప్పారావుగారే ఈ నాటకాన్ని చూచి ఉన్నట్టయితే, 'తాము పడ్డ కష్టాలన్నీ ఫలించినాయి' అని ఉండేవారని నా భావం. నాటకాన్ని చూస్తూ ఉంటే ఉత్సాహం, ఉద్రేకం కలిగించాలి. అటువంటి నాటకాన్ని ఈనాడు మనం చూచాం.

ఇక్కడ కూర్చున్నంతసేపూ నాటకం చూస్తున్నట్లులేదు. ఈ దృశ్యాలన్నీ మన కళ్ళయెదుట జరుగుతున్నట్లే ఉంది. చాలా సంతోషం కలిగింది. ఈ నాటకం రచించినవారిని, ప్రదర్శించినవారిని నేను హృదయ పూర్వకంగా అభినందిస్తున్నాను."

- గిడుగు సీతాపతి

* * *

పాత్రలు

నంబరు	పాత్రలు	పరిచయం	వయస్సు
1	వీరారెడ్డి	కథానాయకుడు	35
2	దాదాసాహెబ్		55
3	సుభాన్	} రైతులు	24
4	రామిరెడ్డి		26
5	జగన్నాధరెడ్డి	దేశముఖ్	45
6	వెంకట్రావు	పట్వారీ (కరణం)	50
7	మస్తాన్	రౌడీ	30
8	రాముడు	దేశముఖ్ సేవకుడు	35
9	యల్లమంద	గొల్ల	40
10	సీతమ్మ	వీరారెడ్డి భార్య	27
11	కమల	వీరారెడ్డి చెల్లెలు	14
12	అమీన్	సబ్ ఇన్స్పెక్టరు, మరో ఇద్దరు ముగ్గురు పోలీసులు	32

బందగీ సమాధి

(సబ్జామొక్కలు, సన్నజాజులు వగైరా రకరకాల పూలమొక్కలతో సమాధి అలంకరించి ఉంటుంది. వీరారెడ్డి, దాదాసాహెబ్ ఒక ప్రక్కన: సుభాన్, రామిరెడ్డి మరో ప్రక్కన నుంచుని ఉంటారు. వీరారెడ్డి భార్య సీతమ్మ, చెల్లెలు కమల సమాధిపై అగరువత్తులు వెలిగిస్తూ ఉంటారు. తెర లేస్తుంది. అందరూ కలిసి పాడుతూఉంటారు.)

భాయీ, బందగీ,
నీ జీవితమే జీవితము
భాయీ బందగీ
వీరయోధుడా హారతు లివిగో
క్రూర నిరంకుశ దేశముఖుల ఈ
దారుణ హింసల రూపు: మాపగా
పోరాటంబున ప్రాణాలొసగిన
నీవే అమర జీవివోయీ
మార్గదర్శివోయీ ॥భాయీ॥
విప్లవ జ్యోతిని వెలిగించితివి
తెలంగాణను నీవే
ఇంటింటను నీవే
మా హృదిలో నీవే ॥

(కమల, సీతమ్మ, వీరారెడ్డి ప్రక్కవచ్చి నుంచుంటారు. పాట అయిపోయిన తర్వాత అందరూ తమ చేతుల్లో ఉన్న పువ్వులు సమాధిపై చల్లుతారు.)

సుభాన్ : (నాలుగు వైపుల తేరపారజూచి) ఏం జనం తెంపు లేదు.

రామి : ఓహ్! జనమేంటి? ఇసుకేస్తే రాలే టట్టుందా?

దాదా : వచ్చే బండికి దిగేబండికి అంతులేదు. ఏ చెట్టుకింద చూచినా బండే; నిరుడే అనుకుంటే అంతకు రెట్టింపు జనం వచ్చింది ఈయేడు.

వీరా : అవును, ఏయేడు కాయేడు పెరిగిపోతూ ఉంది. ముందు ముందు ఇంకా వస్తారు.

దాదా : ఎనకటి రోజుల్లో రేపాల తిరణాలకి, సోమప్ప తిరణాలకి ఇట్టాగే వచ్చే వాళ్ళు.

రామి : ఆం ఏం వచ్చేవాళ్ళో. కొరివి తిరణాల మా గొప్ప తిరణాలని నిరుడు పనిమాల బండి గట్టుకెల్లా తీరా చూడబోతే కుచ్చీ కాయలేరు.

దాదా : అక్కడ ఒక చోటే ఏంటి? ఇప్పుడేతిరణాల కెల్లినా అంతే.

సుభాన్ : నిజమే దాదా.

రామి : అయితే మన బందగీ ఉర్సుకి జనం ఇట్టా పొర్లివస్తందేమిటి?

దాదా : ఏమోబాబు, ఈ చిత్రమంతా అల్లాకే తెలవాలి.

వీరా : ఇందులో పెద్ద చిత్రమేముంది దాదా? బందగీ పేరు రోజురోజుకి ప్రజల్లో పాకిపోతూ ఉంది; అందుకనే దూర దూరాన్నుంచి ఈ తిరణాల చూడ్డానికి జనం వస్తున్నారు.

సుభాన్ : బందగీ చచ్చిపోయి, ఇంకా పట్టుమని పదేళ్ళన్నాగాల, అప్పుడే అతన్ని గురించి అనేక ఊళ్ళల్లో వింత వింతగా చెప్పుకుంటున్నారు.

వీరా : అప్పుడే, ఏమయింది? ముందు ముందింకా చెప్పుకుంటారు.

రామి : ఏం ఎందుకని?

వీరా : అవును, అతను చేసిన త్యాగం అలాంటిది. ఆ రోజుల్లో ఒక్కడే దేశముఖుతో ఎదిరించి పోట్లాడాడంటే మాటలా?

సుభాన్ : అందులో విసునూరు దేశముఖు అంతవాడితో!

రామి : మూణ్ణాల్లు బతికినా అట్టా బతకాలి.

సుభాన్ : ఆయనకు తోడు అట్టాంటోళ్ళు ఇంకా పదిమంది ఉంటే కనపడేది ఈ దేశముఖు తడాఖా.

దాదా : ఏదో మనం అట్టా అనుకోవడమే గాని, ఎంతమంది అయితే మాత్రం ఏంజేస్తా రామహారాజుని?

రామి : ఏం అంతలావు మొగాడా? ఎంతమందిని చంపుతాడు?

సుభాన్ : ఎందుకు జంపడు, ఇట్టాంటి మన 'దాదాలంతా చేతులు ముడుచుక కూచుంటే ఏం చేయ్యకుండా?

దాదా : చేశామో, చేయలేదో, మాకాలం ఏదోగడచి పోయింది. ఇక మీపడుచోళ్ళు

చేసే తలకిందులేమిటో చేయండి, అదీచూద్దాం.

సీత : అసలీ తగాదాకు మూలమేంటో?

సుభాన్ : ఏముంది, పదిమందిలో ఔననిపించుకోవడమే.

సీత : పదిమందిలో మంచి అనిపించుకుంటే ఆయన సొమ్మేంబోయింది?

వీరా : ఎందుకుబోదు? పదిమందీ బందగీచుట్టే చేరితే, ఇక దేశముఖు మొఖం చూసేదెవడు?

కమల : అతను పైకివస్తే ఇంకా వీడిపెత్తనం ఎలాసాగుతుంది వదినా?

దాదా : మన సుభాన్ ఈడుకే ఆ ఊరోళ్ళందరితో సెబాస్ అనిపించుకున్నాడు.

కమల : అంత చిన్న వయస్సులోనే ఆ ఊళ్ళో ఏ తగాదా వచ్చినా తీర్పు జెప్పేవాడటగా దాదా?

దాదా : ఊళ్ళో తగాదాలేమిటమ్మా, చివరకు మొగుడూ పెండ్లాం మధ్య కీచులాడుకున్నా అతనిదగ్గరికే వచ్చి చెప్పుకునేవాళ్ళు. అదేంపుటకో! ఎవళ్ళకీ నొప్పి తగలకుండా తీర్మానంచేసి పంపించేవాడు. అట్టాంటోణ్ణి వాళ్ళ పొట్టన బెట్టుకున్నారు.

సీత : అంత బుద్ధిమంతుణ్ణి చంపడానికి ఎవడికి చేతులాడినయ్యో!

సుభాన్ : (కోపంగా) తాగుబోతు, డబ్బుకు గడ్డిదిని ఖూనీ జేశాడు.

సీత : ఎవడు అంత పాపాని కొడిగట్టింది?

కమల : ఎవడోగాదు. వాళ్ళ అన్నే వదినా!

సీత : చాల్లే పిచ్చిపిల్లా, తమ్ముడ్ని ఎక్కడన్నా అన్న జంపుతాడూ? ఏమిటా మాటలు?

దాదా : నిజమేనమ్మా, అమ్మాయి జెప్పింది నిజమే. కసాయి ముండాకొడుకు వాళ్ళ అన్నే చంపించాడు.

రామి : అట్టాంటి దుర్మార్గుణ్ణి పగల కోసినా పాపం లేదు.

వీరా : వాడి పనిబట్టడం ఎంతసేపు. అసలీ తగాదా బెట్టిన దేశముఖుకి బుద్ధి చెప్పాలిగాని.

సీత : వాడి కడుపుగాల. అన్న చేతనే తమ్ముణ్ణి చంపించాడంటే వాడెంత మాయముండాకొడుకో? అసలీ తగాదా బాగాలదగ్గి రొచ్చిందా?

వీరా : భాగాలదగ్గిర తగాదా ఏముంది? అయిదుగురన్నదమ్ములూ తలా నాలుగెకరాలూ పంచుకున్నారు. ఇంటికి పెద్దోడని అబ్బాసలీకి జ్యేష్ఠ భాగంకింద ఇంకో నాలుగెకరాలు ఎక్కువకూడా ఇచ్చారు.

దాదా : ఏం ఇస్తే ఏం ఫాయిదా? వాళ్ళ పరువెక్కడ దక్క నిచ్చాడు? తాగి తందనాలాడి తనకిచ్చిన ఎనిమిదెకరాల గడ్డా పాడుజేసుకున్నాడు.

వీరా : వాడు తాగితేం. తలకుబోసుకుంటేం? అదెవడికి గావాలి? మళ్ళీవచ్చి నాకు భాగం పెడ్తారా చస్తారా అని తయారయ్యాడుగా.

రామి : మళ్ళీ ఏ మొకంతో వచ్చాడు సిగ్గులేక. భాగం అంటే అంత అడ్డగోలుగా ఉందా ఏమిటి?

సుభాన్ : ఎందుకుండదు? వెనకమాల దేశముఖు భుజం వేసుకుంటే ఎన్ని ఆటలైనా ఆడొచ్చు.

దాదా : నాబోటోడైతే అప్పుడే గుడ్లు తేలేసేవాడు. కాని ఆడికదేంధైర్యమో పన్నెండేళ్ళు ధీ అంటే ధీ అని దేశముఖుకు ఎదురుతిరిగి పోట్లాడాడు.

సీత : ఒక్కడే అన్ని రోజులు ఎట్టా పోట్టాడాడో!

వీరా : ఏముంది? నోరుమంచిదైతే ఊరు మంచిదవుతుంది. చుట్టుపట్ల మన నాలుగూళ్ళ జనం (సమాధివైపు చూపి) ఈయనమీద ఈగ వాలనిచ్చారా?

దాదా : సద్దెన్నం మూట బుజానేసుకొని కాళ్ళు కండెలు కట్టేటట్టు పన్నెండేళ్ళు కచేరీ చుట్టూ తిరిగాడు.

సీత : పన్నెండేళ్ళే!

కమల : ఎన్నాళ్ళు తిరిగితే ఏంవదినా, చివరికి బందగీయే గెల్చాడుగా.

రామి : గెల్చాడూ? ఇవన్నీ పెద్దోళ్ళకి మాకే తెలియవ్. నీకెట్టా తెలిసినయ్ అమ్మాయ్?

సీత : (చిరునవ్వుతో) దాని కెందుకు తెలియవ్. ఇంట్లో అన్న ఉన్నాడుగా నూరి పోయడానికి. (కమలతో) కానియ్. తర్వాత సంగతి కూడా నీవే చెప్పు.

కమల : (ముసిముసి నవ్వులతో) నేను చెప్పడమెందుకు? అన్నయ్యనే అడగరాదూ? నాకు చెప్పినట్టే నీక్కూడా చెప్తాడుగా.

సీత : (సిగ్గుతో) నేర్చావులే మాటలు నోరుముయ్! (అందరూ నవ్వుతారు)

రామి : ఇంతకీ తర్వాత ఏమి జరిగింది దాదా!

దాదా : బందగీ గెల్చాడని కబురు తెలియగానే చుట్టుపక్కల నాలుగూళ్ళల్లో పండగ జేసుకున్నారనుకో.

సుభాన్ : ఏం పండగ జేసుకుంటే ఏం లాభం?

సీత : ఏం?

వీరా : ఏముంది? బందగీ గెల్చాడంటే దేశముఖుకి నిద్రబట్ట లేదు. ఇక తన

పచ్చి దోపిడీ సాగదనుకున్నాడు. కుట్రలు బన్నాడు.

సుభాన్ : ఎన్ని కుట్రలు పన్నినా చివరకు దొంగేడ్పు ఏడ్చాడుగాని నెరీదుగా వస్తే వాడి బతుకు బైటపడేది.

సీత : ఏం జేశాడేంటి?

వీరా : మిసల్ (రికార్డు) తెచ్చుకోవడానికి పాపం ఒకరోజు బందగీ ప్రొద్దున్నే కచ్చేరీకి బయల్దేరాడు. సరిగ్గా ఇక్కడికే-మనం ఇప్పుడు నుంచున్నచోటికే-వచ్చాడు. కంచెలో దాక్కునున్న దేశముఖు రౌడీలు అమాంతంగా ఒక్కసారి కత్తులతో బందగీమీద పడ్డారు. బందగీ తల తెగిపోయి నేలమీద పడింది. నెత్తురు కాలవ గట్టింది.

సీత : రామ రామ, కటికి చచ్చినోళ్ళెంతపని జేశారు!

దాదా : ఊళ్ళో ఆ రోజున ఒకడింట్లో కూడా పొయ్యి రాజలేదు.

రామి : (ఆవేశంగా) ఎందుకు? మనదీ ఒక బతుకే, ముండ బతుకు.

సుభాన్ : కాకపోతే, ఇంతపనీజేసి ఊళ్ళో ఇంకా ఆ దేశముఖు ఎన్ని గుండెలతో ఉంటాడు?

దాదా : ఏంజేస్తాం? గుడ్లనీళ్ళు గుడ్లల్లో గుక్కొని కుళ్ళి కుళ్ళి ఏడ్చాం. అంతా కలిసి తలా ఒక చేయివేసి ఎట్లాగైతేం చివర కీ గోరీ కట్టించాం.

సుభాన్ : లోపల లోపల కుళ్ళి చచ్చేకంటే అంతా ఒక్కసారే కట్ట గట్టకొని చస్తే పోయేదిగా?

రామి : అంతా ఎందుకు చావాలి? ఈ గోరీ పక్కనే ఆ దేశముఖు గోరీకూడా

కడితే అందరి పీడా వదిలేది.

సీత : బందగీ అంట్టాంటి పుణ్యాత్ముడు గనకనే ఈ పూజలు జరుగుతా ఉన్నాయి.

వీరా : వట్టి వట్టి పూజలు చేసినంత మాత్రాన ఒరిగేదేముంది? బందగీ దేనికోసం బలైపోయాడో దాన్ని మనం సాధించినప్పుడే అతని ఆత్మకు శాంతి గలుగుతుంది.

రామి : ఇక చూద్దాం వీడి ఆట లెన్నాళ్ళు సాగుతయ్యో?

సుభాన్ : ఎన్నాళ్ళో ఎందుకు? మనాళ్ళు నలుగురూ కలిస్తే రేపీపాటికి పూడ్చిపెట్టం?

దాదా : ఎందుకొచ్చిన నోటి రంకురా బాబూ, గోడలకు చెవులుంటాయి. ఈగొడవంతా మళ్ళీ ఆదొరకు తెలిస్తే...

సుభాన్ : ఏం తెలిస్తే?

రామి : చంపుతాడా? చంపనీ; ఈ ముండ బతుక్కంటే ఆచావే మేలు.

దాదా : తొందరపడితే పనులవుతయ్యా దేనికైనా ఆ గడియ రావాలి.

కమల : ఏపని అయినా మన ప్రయత్నం లేకుండా ఎలా అవుతుంది దాదా?

దాదా : నిజమే అనుకో అమ్మా. కాని ఏం జేస్తాం. ఆయన బలవంతుడు. మనకు

రెక్కాడితే గాని డొక్కాడదు. వాడు తల్చుకుంటే మన్ని చీమల్లాగా నలిపేస్తాడు.

వీరా : చీమలన్నీ కలిసి ఒక పెద్ద పామును చంపివేయడల్లా? మనం అంతా కలిస్తే వీడి బ్రతుకూ అంతే.

దాదా : అది నిజమే అనుకోనాయనా. ముందు మనాళ్ళంతా కలిసి రావాలిగా మరి?

రామి : ఏం జేస్తారేం కలిసిరాక?

సుభాన్ : కడుపులో కాల్తంటే అంతా కలిసొస్తారు.

వీరా : ఏం దాదా? మన ఊళ్ళో ఇంతమంది జనం ఉన్నామా, అంతా ఆరుగాలం చెమటోడ్చి కష్టపడి పనిచేసే వాళ్లమే గదా? ఇందులో ఒక్కడి కొంపైనా

కాస్త పచ్చగా ఉందేమో చెప్పు?

రామి : అందాకా ఎందుకు? బొక్కెడు కందున్న వాణ్ణి ఒక్కణ్ణి జూపెట్టు మనూళ్ళో.

దాదా : అసలు తిండి ఉంటేనా కంద ఉంటానికి?

సుభాన్ : పండిన గింజంతా సర్కారే లాక్కుపోతా ఉండెలెవీ అంట లెవీ.

వీరా : ఒక్క లెవీయేనా. పైన కార్పరేషన్ (ఖుష్‌ఖరీదీ) పేరుతో దోచుకునే దెంత?

దాదా : అందాకా ఎందుకు, నా తిప్పలు చూడరాదు. దేశముఖు దగ్గర మా పెద్దపిల్ల పెళ్ళి కెప్పుడో రెండు బస్తాలు నాగుకు తెచ్చాను. ఏటా తీర్చేది తీరుస్తానే ఉండా, పెరిగేది పెరుగుతానే ఉంది.

వీరా : మరి నీవే చెప్పు. ఇక మనం ఎలా బతకాలో.

దాదా : ఇంకా ఒకటే బతకడం. ఇట్టాగే ఎండెండి ఎప్పుడో ఒకరోజు రాలిపోవడమే.

రామి : ఇంకా నయం. మన వీరారెడ్డి బావ రాసిచ్చాడు గాబట్టి సరిపోయింది. లేకపోతే మన పటేల్ కూడా తిమ్మాపురం పటేల్ లాగా తఖ్తారాసి పెట్టినందుకు ఇంటికి 50 రూపాయలు గొళ్ళాడగొట్టి వసూలు జేసేవాడే.

సుభాన్ : ఎట్టా జస్తాం. కదిల్తే లంచం, మెదిల్తే లంచం. బాడిగ తోలుకొని బ్రతుకుదామన్నా బండి పట్టాలు కూడా కరువేనాయె.

రామి : నీ గోడు నా గోడు ఆలకించే దెవడు. ఆ వచ్చిన నాలుగు జతలూ వాళ్ళే పంచుకున్నారు.

వీరా : ఒక బండి పట్టాలేమిటి? మన పని అంతా కొనబోతే కొరివి అమ్మబోతే అడవిగా ఉంది. మనకు కావాలిసిందేది దొరుకుతూ ఉంది?

కమల : దేనిమాట ఎలాఉన్నా రాత్రిపూట కాసేపు చదువుకుందామంటే దీపంలోకి చమురుకూడా లేదాయె.

సీత : చదువూ చట్టుబండలు. చివరకు బిడ్డ మాడుకు పెడదామంటే రవ్వంత కొబ్బరినూనె కూడా కరువే అయి పోయింది.

దాదా : నిజమేనమ్మా నిజమే. ఏముంది - చెప్పుకుంటే మానంబోయే. చెప్పుకోక పోతే ప్రాణంబోయె నన్నట్టుంది మన బతుకు. ఇంట్లో ఒక చీరె ఉంటే మీ పిన్నీ, చెల్లెలూ చెరి సగం చింపి కట్టుకుంటన్నారు. పోనీలే అమ్మా! ఎందుకొచ్చిన గొడవ. చెప్పుకొంటం కూడా నామర్దా.

సీత : కాస్తి కుడీ ఎడమే కాని అందరిపనీ అంతే ఉందిలే దాదా. (వీరారెడ్డి వైపు తిరిగి) వచ్చి చాలా సేపయింది, వెళ్తాం. అబ్బాయి గోల చేస్తా ఉంటాడు. (సీతమ్మ కమల బయల్దేరుతారు)

వీరా : రామిరెడ్డి! అమ్మాయినీ వాళ్ళనీ అక్కడిదాకా పంపించి ఎడ్లకి నీళ్ళు బెట్టి కాస్త మేతేసిరా.

(కమలా సీతమ్మలతో పాటు రామిరెడ్డి కూడా వెళతాడు)

సుభాన్ : ఏం దాదా! మరి ఏమంటావు? మనూళ్ళో కూడ సంఘం పెట్టుకుందామా?

దాదా : మీ మాట లింటాఉంటే సంగం బెట్టుకోవడమే మంచిదనిపిస్తాఉంది. కాని మనూళ్ళో తలకొక మాట నిర్వాకమై చస్తుందా అని...

వీరా : నురేం పర్వాలేదు దాదా. మీ బోటివాళ్ళు పైన కాస్తి ఊతమిస్తే చాలు. ఆ పని అంతా మేమే చేస్తాంగా.

దాదా : ఏమో బాబు. ఈ కాలపు వాళ్ళ సంగతులు మాకేం తెలుస్తాయి? సుభానేమో సంగం బెట్టుకుందామంటాడు. వా దన్నేమో వద్దంటాడు.

సుభాన్ : ఎందుకు వద్దనడు? సంఘం బెట్టుకుంటే ఆయన పిచ్చికళలు సాగవుగా మరి. మన పదిమందితో పాటు నిలిస్తే నిలుస్తాడు, లేకపోతే పోయి ఆ దేశముఖు చంకకిందనే దూరనీ.

దాదా : మళ్ళీ మనలోనే కొందరిటూ, కొంద రటూ? అయితే ఇక నిర్వాకమైనట్టే?

వీరా : డబ్బుకోసం గడ్డితినే రకం ఎవళ్ళో నలుగురు ప్రతి ఊళ్ళోనూ ఉంటారు. అందుకని సంఘం బెట్టుకోకుండా మానుకుంటామా?

(యల్లమంద ప్రవేశం : మడిచి కట్టిన ఎర్రంచు మెద్దుపంచ (గొల్లకట్టు) చేతిలోకర్ర, కర్రకు అన్నపుదుత్త, రొండున సగం కాల్చిన ఆకుచుట్ట, చెకుముకి సంచి, పాతచెప్పులు, లావాటి తలగుడ్డ, బుజాన గొంగళి, చేతులకు వెండిమురుగులు, రెండుచెవులకు పోగులు, కొన చెవుకి జంపు. ఎడమచేతికి దండకడెం.)

యల్ల : (వస్తూనే) పొద్దున్నే లేసి వోడిమొగం చూసిన్నో, కట్టానికి కట్టం దప్పలా, నట్టానికి నట్టం దప్పలా (అంటూ చెప్పులూ, కర్ర, గొంగళి, ఒకప్రక్కనబెట్టి తలగుడ్డదీసి బందగీ సమాధికి దండంబెట్టి చెంపలు వేసుకుంటాడు.)

వీరా : ఏం యల్లమందా? ఇంతపొద్దెక్కిందాకా ఉన్నావేం?

సుభాన్ : ఏముంది? ఏదో జరిగి ఉంటుంది.

దాదా : వాలకంచూస్తే అట్టాగే ఉంది.

యల్ల : ఏముంది సిన్నయ్యా! మాబోటోళ్ళం మత్తానయ్య కింద బతికేటట్టులేదు.

తల్లి ముండ మొయ్య ఎంత అదరగండం? భూమిమీద ఆగేటట్టున్నాడా!

వీరా : (ఆదుర్దాగా) ఏం? ఏమన్నాడేంటి?

యల్ల : అంటవేంది? సూడు. గూబకిబెట్టి నూకిందు.

సుభాన్ : (యల్లమంద చెంపమీద చేయివేసిచూస్తూ) ఏం పొయ్యేకాలం వచ్చింది ఇట్టాగొట్టాడు?

యల్ల : ఆడెవడో ఇయ్యాలగడీకి జచ్చిందంట!

వీరా : ఎవడు?

యల్ల : అం అడుగాడే. ఇంకెవడు జచ్చిందు ఆ పోలీసు అమీనే.

వీరా : అయితే ఇంకేం? వేటపోతుకోసం యల్లమంద మందమీదవచ్చి పడి ఉంటారు.

యల్ల : వచ్చినాళ్లు దేన్నో ఒకదాన్ని పట్టకపోతే ఒక ఏడ్పు ఏడ్సి ఊరకుందును. (సుభాన్ వైపుతిరిగి) నలుగురెదవ నాయాళ్ళను యెమ్మటేసుకొచ్చి నీ అన్న మత్తానయ్య దేవరపోతును పట్టుకెళ్ళాడుగందా? ఎట్టాజావాలి?

దాదా : అరెపాపం, ఆ దేవరపోతును వదిలపట్టి ఇంకోదాన్ని అయినా చాపపుసక పోయావ్.

యల్లం : "నీ బానిచోణ్ణిబాబూ, కాల్‌మొక్తా, దాన్ని వదిలిపెట్టి ఇంకోదాన్ని తీసికెళ్ళ" మంటేనే గూబ అదరేసిండు. (కండ్ల వెంట నీళ్ళు తిరిగుతాయి.)

దాదా : ఆరి బద్మాష్!

వీరా : ఈ బద్మాషీ ఇలా సాగిపోవాలిసిందేనా! ఏందాదా? ఎంతకాలమని చేతులు ముడుచుక్కూచుందాం?

సుభాన్ : ఎంతకాలమేమిటి? అప్పుడే యల్లమంద కఱ్ఱ తిరగేసినట్లయితే ఆకాసిని జలుబునీళ్ళా వదిలేయి.

యల్ల : కడుపు మండిపోయింది (చేతులో కఱ్ఱ చూపెడుతూ) ఈ వంక కఱ్ఱ తిరగేసి దెబ్బకు పండ బెట్టేవాణ్ణే బిడ్డణ్ణి నిన్ను జూసి ఊరుకోవాలిసొచ్చింది సుబానయ్యా.

సుభాన్ : అన్నయితేం తమ్ముడైతేం? ఇట్టాంటి ముండమోపి పనులు చేసేటప్పుడు.

యల్ల : ఎంత చెడ్డా ఒక పేగున పుట్టినోళ్ళుగా.

వీరా : మనకలాంటిదేమీలేదు యల్లమందా, అన్నయితేం కొడుకయితేం – చివరకు కన్నతండ్రి అయితేం, మనకు ద్రోహంచేసేటప్పుడు? మనం అంతా ఒకటే. కష్టానికి సుఖానికి మనతోపాటు ఉన్నవాడే మనోడు. దేశముఖు చంకకింద ఎవడు దూరినా వాడు మనకు శత్రువే. కులమేదయితేం బీదోళ్ళంతా ఒకటే.

సుభాన్ : అంతే, మనమంతా ఒక తల్లిబిడ్డల్లాగా ఉండాలి. ఉంటే అంతా ఉంటాం, పోతే అంతా పోతాం.

(మస్తాన్ ప్రవేశం)

మస్తాన్ : (దాదావైపు జూచి) సలాం ఆలీకం.

దాదా : ఆలీకం సలాం.

మస్తాన్ : ఓయ్. ఈ గొల్లాయన కూడా ఇక్కడి కెప్పుడో వచ్చాడే!

యల్ల : తిరణాల్లో ఏమన్నా తేరగా వత్తే నూక్కుపోదామని వచ్చా. (మస్తాన్ యల్లమంద వైపు కోరచూపులతో చూస్తూ ఉంటాడు.)

దాదా : మస్తాన్! ఎందుకు పాపం యల్లమందను గొట్టావట? అతను లబ్బున ఏడుస్తున్నాడు.

మస్తాన్ : వాడి వేషాలు నీకేం తెలుసు? కాలు కదిపితే వీడిమంద దొరగారి పొలాల్లో తిరగాలీ? దొరగారి కవసరమై ఒక మేకపిల్లను తీసికెల్తే ఏం? వీడి అమ్మా

మొగుడు సొమ్మంతా పోయిందా.

దాదా : తీసికెళ్తే తీసుకెళ్లావ్‌లే. ఆ దేవర పోతునే తీసుకెళ్ళడమెందుకు?

మస్తాన్ : దేన్ని బట్టుకున్నా దేవరపోతే అంటాడు వాడికేం. ఎన్ని అబద్ధాలైనా ఆడతాడు.

యల్ల : తల్లి సిగదరగ, తెల్లారి లేస్తే నా కదే కూడు మరి.

సుభాన్ : అతని ఇష్టమైతే ఇస్తాడు. లేకపోతే లేదు. అసలు కొట్టడానికి ఈయనెవరంట?

మస్తాన్ : చాల్లె, దయగల మొనగాడివి బయల్దేరావ్, నీపాటి నాకూ తెలుసు.

సుభాన్ : ఏంటి నీకు తెలిసింది? గొల్లాయన్ని గూబ అదరగొట్టడమా?

మస్తాన్ : నేను గాబట్టి అంతటితో పోయింది. ఇంకొకడైతే.

సుభాన్ : ఏం అయితే?

మస్తాన్ : దొరకు జెప్పి నిలువునా వీడి తిత్తి ఒలిపించేవాడు.

యల్ల : అబ్బో! ఈ ధర్మ తండ్రికి పేదోళ్ళమీద ఎంతదయ?

మస్తాన్ : చూడవయ్యా వీరారెడ్డి. చూడు, వీడి తల్లో ఎంత పొగరుందో.

యల్ల : దొరగారి గడీలో తేరగా తింటంటే పొగరెక్కింది నాకు!

మస్తాన్ : (కండ్లురుముతూ) ఖబడ్దార్.

యల్ల : తస్సదియ్య నక్కను జూసినాడల్లా యేటగాడే. గడీలో అడుగు బొడుగు ముడుసులేరకతినే వాళ్ళు కూడా పెద్ద మొగోళ్ళే.

మస్తాన్ : ఏమిటిరా యిప్పుడు కూసిన కూత, భోసడిక (అంటూ యల్లమంద మీదికి వస్తాడు.)

వీరా : (అడ్డంవచ్చి) ఏం? లోకువోడనా మరీ మీదకెళ్తన్నావ్? కాస్తి మర్యాద దక్కించుకోవాలి.

మస్తాన్ : మధ్య నీ వెవడవోయ్ అడ్డం రావడానికి? అసలు నీకేం సంబంధం?

వీరా : నాకు సంబంధం ఉంది. ఇవ్వాళ అతన్ని గొడ్డావ్ రేపు నన్ను గొడ్తావ్?

యల్ల : ఇక కొట్టాలిసిందే మూడు ముంతలు.

మస్తాన్ : ఇట్టాగే వాగుతా ఉంటే కొడ్తానా కొట్టి చూపిస్తానా?

సుభాన్ : ఏమిటి పిడకలా?

దాదా : (మస్తాన్ చేయి బట్టుకొని లాగుతూ) నీ దారిన నీవు పోరా బాబూ. ఎందుకొచ్చిన పీడ.

మస్తాన్ : (చేయి విదిలించుకుంటూ సుభాన్ వైపు చూచి కోపంగా) ధూ, నీ బతుకు తగలెయ్యి, పుట్టావ్, ముసల్మాన్ పుటక (గబగబా వెళ్ళిపోతాడు.)

యల్ల : ఇక తోలుదుగానిలే రాళ్ళచేలో గులటక.

దాదా : ఓరి నీ ఎర్రిగాల ! ఊరుకో. ఈ మంటమీద దొర దగ్గరకి బోయి ఈ కాస్తికే గంపంత చేస్తాడు. ఇదెట్టాగూ చిలికి చిలికి గాలివా నవుద్ది.

యల్ల : ఏమయితే ? కానియ్. చెడ్డచేనికి మూడు మంచెలా ఏందే.

సుభాన్ : అయితే అయింది. ఈసారి ఐసాపైసా తేల్చుకోవాలిసిందే.

వీరా : ఔనుమరి. ఎన్నాళ్ళని ఓపికపడతాం! వంగినకొద్దీ నెత్తికెక్కి తొక్కుతూ ఉంటే!

దాదా : ఏమోనాయనా :

వీరా : మరేం భయంలేదు దాదా! మనమంతా ఇలా కలిసి కట్టుగా ఉంటే, వాడుచేసి చచ్చేదేంలేదు.

యల్ల : ఏంది సిన్నయ్యా, సావుకు రెండు సావులా ఏందే?

దాదా : సరే కానీయండి, అయ్యేదేదో అవుద్ది. అన్నిటికీ అల్లాయే ఉండాడు. (అంతా బయల్దేరబోతూ ఉంటారు. యల్లమంద గొంగళి, ముంత సర్దుకుంటూ ఉంటాడు. ఇంతలో తలగుడ్డ జుట్టుకుంటూ హడావుడిగా రామిరెడ్డి ప్రవేశం)

రామి : పిరికినాయాళ్ళు. కుక్కల్లాగా పారిపోయ్యారు. నుంచుంటే తెలిసేది, వాళ్ళపస నా పస.

(దాదా, సుభాన్, యల్లమంలు ఎగాదిగా రామిరెడ్డివైపు చూస్తూవుంటారు)

వీరా : ఏమిటి రామిరెడ్డీ ! ఎవళ్ళూ పారిపోయింది ?

రామి : ఎవళ్లు జచ్చారు? ఆ అడవా రకమే, మన దేశముఖు ముఠా.

సుభాన్ : ఇంతకూ అసలు జరిగిందేమిట?

రామి : ఏముంది? కొట్టి పారిపొయ్యారు, ముండల్లాగా.

దాదా : అసలు నీవు ఆ లుచ్చాల జోలికెందుకుపోయావు బాబూ!

రామి : ఏముంది? ఇవ్వాళ ఆ గాడిదకొడుకులంతా తప్పతాగి ఉన్నారు. ఆ దుకాణాలు దాటేసరికి అమ్మాయి వెనకమాలజేరి, నోటికొచ్చిన పిచ్చి కూతలల్లా కూస్తున్నారు. తీరా వెనక్కి తిరిగి చూద్దునుగదా వీళ్లు.ఆమోయిన పక్కనున్న బండి వసికొయ్యపీకి వెంటదగిలా. పారిపోతా పారిపోతా చేతగాని నాయాల ఎవడో రాయి విసిరాడు.

(అంటూ తలమీద చేయిబెట్టి చూపుతాడు)

సుభాన్ : (రామిరెడ్డి తలగుడ్డ తీసిచూస్తూ) అరే! పెద్ద గాయంకూడా పడిందే!

యల్ల : అమ్మో, గాయమే!

రామి : నెత్తురుకూడా కారింది. బండికాడి కెళ్ళాక నెత్తురంతా కడిగి, అక్కయ్య గుడ్డమసి పెట్టింది.

దాదా : ఇంకానయం, అసలు నవరగంతకే తగలాలిసింది; కాస్తలో తప్పిపోయింది. మరీ మనూళ్ళో సైతాను రాజ్యం అయిపోయింది.

యల్ల : దెబ్బ దేందిలే ? ఆయ్యా తగిల్తే రేవుమాన్తది. అడ్డాలోళ్ళు అచ్చోసిన ఆంబోతుకుమల్లే ఆడోళ్ళ మీదక్కూడా ఎగబడుతుంద్రి. ఇంకెందుకంట బతికి?

సుభాన్ : నిజమే యల్లమందా ! పరువుబోయాక ఇంకా బతికెందుకు?

వీరా : అయితే ఇంకేం ? పరువుగా బ్రతకాలంటే, అంతా సంఘంలో చేరతాం అని ప్రమాణం చేయండి.

సుభాన్ : తప్పకుండా మనం అంతా సంఘంలో చేరాలిసిందే. రేపటినుంచి ఇల్లిల్లుతిరిగి అందర్నీ సంఘంలో చేర్పించాలిసిందే.

యల్ల : ఓ! నేనూ సంగం బడతా.

దాదా : పదిమందితో చావు పెళ్ళితోసమానం. మీతో పాటు నేనూ; కానీయండి.

వీరా : బోలో, ఆంధ్రమహాసభకీ జయ్!

తెలుగుబిడ్డా మేలుకోవోయ్,

నైజాము తెలుగు బిడ్డా లేచి రావోయ్ ॥తెలుగు॥
బందగీ రక్తంబుచిందీ జ్వాలైలేచి
జాగీరుదారులను ఊగించి వేసింది ॥తెలుగు॥
రుద్రమాంబ ప్రతాపరుద్రులకు వారసుడ
పౌరుషము చూపించి పరువు నిలబెట్టరా ॥తెలుగు॥
ఈ భూమి నీదెరా ఈ గనులు నీవెరా
ఎవడు ఈ నైజాము-ఎవరు ఈ దొరలంత ॥తెలుగు॥
మాడి చచ్చేవారి మతములన్నీ ఒకటె
కొంపలార్పే వారి కుట్రలో పడబోకు ॥తెలుగు॥
కదిలించి బలగాన్ని ఎదిరించి వైరులను
శక్తిచూపించగల సమయమిదె లేలెమ్మ ॥తెలుగు॥

* * *

2

దివాణం

(రెండు కుర్చీలు, ఒక డ్రాయరు, ఒక బెంచీ ఉంటాయి. మంగలి రాముడు ముందుగా వచ్చి, బల్లలు వగైరా తుడిచి సర్దుతూ వుంటాడు. తెర లేస్తుంది. మస్తాన్ ప్రవేశం.)

మస్తాన్ : దొరగా రున్నారా?

రాముడు : సలాం, సలాం మత్తానయ్యా.

మస్తాన్ : దొరగారేం జేస్తన్నారు?

రాముడు : అరుగో వత్తన్నారు.

(మస్తాన్ ఒక ప్రక్కకు, రాము డొక ప్రక్కకు తప్పుకుంటారు. దేశముఖు జగన్నాధరెడ్డి ప్రవేశం. కోరమీసం. కాళ్ళకు బూట్లు, షేర్వానీ, షుర్వా (చుడీదార్ పాయజామా) నల్లటోపీ (fur cap) చేతిలో సన్నటి వెండి పొన్నుగర్ర.)

మస్తాన్ : (నేలకు వంగి) ఆదాబ్ మారాజ్, ఆదాబ్.

జగ : ఏం ? అక్కడనుంచేనా ? (అంటూ కుర్చీలో కూర్చుంటాడు. రాముడు డ్రాయరు కిందగా వంగి దేశముఖు కాలిబూట్లు ఊడదీస్తూ ఉంటాడు.)

మస్తాన్ : జీ హాం సర్కార్. అక్కడనుంచే - ఆ గోరీ దగ్గిర నుంచే బరాబర్ వస్తన్నా.

జగ : (సిగరెట్ కాల్చుకుంటూ) ఏం ? ఎలావుంది ? జనం ఏమాత్రం వచ్చారు?

మస్తాన్ : రాకేం ? పెద్ద ఉర్సు లాగా సాగింది. ఎక్కడ చూచినా మనూరివాళ్ళే.

జగ : ఏమిటి? మనూరివాళ్ళా? చాటింపు వేయలా వెళ్ళ గూడదని?

మస్తాన్ : ఎందుకేయలా? మొన్ననే వేయించాం.

జగ : అయితే ఎలా వెళ్ళారు?

మస్తాన్ : చాటు చాటుగా జచ్చారు.

జగ : ఆం అంతపొగరు దిగిందా వీళ్ళకి?

మస్తాన్ : ఎంత పొగరు దిగందే ఆ వీరారెడ్డి బండి గట్టు కొచ్చాదూ చెల్లెల్ని ఎక్కించుకొని.

జగ : వాడా? ఆ వెధవ? నరిసిరెడ్డి కొడుకు?

మస్తాన్ : అసలు కధానాయకుడే ఆయన. పోయేవాడు తాను పోక ఇంటిటికీ తిరిగి అందర్నీ రేపెట్టి తీసికెళ్ళాడు.

(రాముడు బూట్లూడదీసి దులిపి అక్కడే పెట్టి లోపలికెళ్ళిపోతాడు)

జగ : ఏమిటి? నేను వద్దని చాటింపేయించడం. వీడు అందర్నీ తీసుకెళ్ళడమూనా? తెల్సుకుంటా వీడి హజమేమిటో?

మస్తాన్ : మరీ నీల్గి చస్తున్నాడు లెండి నాల్గచ్చురాలు వచ్చుని.

జగ : వాడెంత? వాడిబిసాదెంత? నాలుగుతంతె సరి కోటకు బిల్చి. జావ్, బులావ్, పట్వారీకో.

మస్తాన్ : అచ్చాసాబ్. (సలాం జేసి వెళ్ళిపోతాడు) (రాముడు గ్లాసులు. సారాసీసా తీసుకొచ్చి టేబుల్మీద ఉంచుతూ ఉండాడు. పోలీసు ప్రవేశం)

పోలీసు : ఆదాబ్ మారాజ్, అమీన్సాబ్ వస్తా ఉన్నారు.

జగ : అచ్ఛా, అచ్ఛా (దేశముఖు లేచి నుంచుంటాడు అమీన్ ప్రవేశం) ఆదాబ్ అర్జ్హై

అమీన్ : ఆదాబ్ అర్జ్హై

జగ : ఆయియే. తషరీఫ్ రఖ్కియే (షేక్హేండ్ ఇచ్చి తీసుకోనిచ్చి తాను కూర్చుంటూ అమీన్ను కూర్చోమని సైగ జేస్తాడు.)

అమీన్ : (కూర్చుంటూ) క్యా మహరాజ్, మాకీ తిరణాల్కి వచ్చి మూడు రోజూ హాయిపోయింది. బేగి పోవాలి.

జగ : అప్పుడే వెళ్తారా? ఉండండి రేపు వెళ్ళొచ్చు.

అమీన్ : మీకీ హెప్టీ అయ్యా మహరాజ్, హిక్డా ఆరామ్గా కూచోని మాటాసేస్తావ్. మాకీ రేపూ నల్గొండ హెళ్ళాల.

(రాముడు సారా గ్లాసుల్లోబోసి ఇద్దరిముందు పెడతాడు. ఇద్దరూ చెరొక గుక్కతాగి సిగరెట్టు కాలుస్తూ మధ్య మధ్య తాగుతూఉంటారు)

జగ : నిన్నటినుంచి మీరు తిరుణాల్లోనే ఉన్నారు. ఇవ్వాళ తప్పకుండా మీ రిక్కడ ఉంటారని గానా బజనా కూడా ఏర్పాటు చేశాను.

అమీన్ : నహింమహరాజ్ నహీం ఈ దఫా మాకీ సర్కారీ పనీహుంది. మళ్ళీ వస్తాన్. హిక్డా హయిదు రోజూ మఖాం చేస్తాం.

జగ : సరే మీ యిష్టం.

అమీన్ : మరి హేమ్టి మాదీ మాట?

(రాముడు ఇద్దరి ప్రక్కననుంచుని విసురుతూ ఉంటాడు.)

జగ : (ముసిముసి నవ్వులు నవ్వుతూ) దానికేం లెండి (జేబులోనుంచి రెండు వందల రూపాయల నోట్లు తీసి ఇవ్వబోతాడు)

అమీన్ : హేమ్టీ ఇది? మాకీ బిక్షం హిస్తుండావ్.

జగ : ఈ సారికి ఇలా పోనివ్వండి.

అమీన్ : హేమ్టీ మాటసేస్తావ్ మహరాజ్. నీకీ మాది హెంతా మదద్ ఇచ్చాం. హప్డే మర్సీ పోయావ్.

జగ : ఎంతమాటన్నారు? ఏదో ఈ సారికి ఇలా పోనీయండి. మళ్ళీ వస్తారుగా!

అమీన్ : వస్తాం, చస్తాం, కోన్ జాన్తాహై, హప్దూమాట హప్డే.

జగ : దీనితో సరిపుచ్చుకుందురూ, అప్పుడే మాపని అయిందా? రేపు మళ్ళీ సర్కిల్ కిచ్చుకోవాలి. ఫుడ్ తాసీల్దార్ కిచ్చుకోవాలి. దువ్వం తాలూక్దార్ గారింట్లో పెండ్లికి నజరాన చెల్లించుకోవాలి. ఈ నెల్లోనే అవ్వల్ తాలూక్‌దార్ గారు మాఇలాకాకు షికార్ కూడా వస్తున్నారు. వారికి జల్సాచేయాలి. సుబేదార్ గారు దౌరాకు బయల్దేరితే ఎంతేదన్నా మాకు అయిదారు వేల రూపాయలు ఖర్చువుతాయి. మేం మాత్రం ఎన్నని యిచ్చుకుంటాం?

అమీన్ : అవ్వల్ తాలూక్దార్కీ దువ్వం తాలూక్ దార్కీ హిస్తే మాకీ ఏంఫాయిదా? మాదీమాటా మాకీ చెప్పాలిగాని.

జగ : మీరుకూడా మా యిబ్బంది కనిపెట్టకపోతే ఎలా? సరే కానీయండి (మరో వందరూపాయల నోటుతీసి మొత్తం మూడు వందలరూపాయలు యివ్వబోతాడు.)

అమీన్ : హిబ్బందీ మట్టీ, మీకీహేమ్టీ. హింతాపెద్దా దేశముఖ్ ఉండావ్. పైనా మీకీ పోలీస్ పటేల్‌గిరీ హుంది, మాలీపటేల్‌గిరీ హుంది. సాల్‌కీ ముప్పైవేల్, నల్బైవేల్ ఆమ్‌దనీ (ఆదాయం) హుంది. పైనకొట్టేంచం కొడ్తానే హుండావ్. మాకీలహోక్టీ వెయ్యీ హిచ్చేంద్కూ హెన్కా ముందూ సేస్తుండావ్ క్యా మహరాజ్?

జగ : మీరలాగే అంటారు. కాని మాదివాణంలో ఎంత ఖర్చుందో మీకేంతెలుస్తుంది? ఎంతచెట్టుకు కంతే గాలి.

అమీన్ : కాస్తీపన్కీ, కూస్తీపన్కీ మాదీమదద్ కావాలీ. (కొంచెం ఆలోచించి) దాన్కీ నామ్‌క్యాహై? ఆ హెంకమ్మ, హెంకమ్మ గడీకిపిల్చీ మీరూదాన్కీ పట్కోని హంగామాసేస్తే హప్డూ హదీ చచ్చి పోయింది. దాన్కీ కేసులో మీకీమదద్ సేసినంద్కూ నాదీ నౌకరీ పోవడాన్కీ తయారయింది. హేట్టుండీ మంచ్కీ మంచీలేదు అచ్చా. ఈదఫా చూస్తామ్.

(అనుకుంటూ బెదిరించి కుర్చీలోనుంచి లేవబోతాడు)

జగ : (అమీనును కుర్చీలో కూర్చోబెడుతూ) ఆదికాదంటున్నానా? సరే. చూస్తానుండండి. (అంటూ లోపలి కెళతాడు)

(అమీన్ సారాత్రాగుతూవుంటాడు. దేశముఖు ప్రవేశం)

ఖర్చులో ఉన్నానుగాబట్టి అలా అన్నానుగాని లేక పోతే యేంఉందిలేండి. (మొత్తం వెయ్యిరూపాయిలు యిస్తూ) మీసహాయం మాకెప్పుడూ అవసరమే.

అమీన్ : (తీసుకొని షేర్వానీ జేబులోపెట్టుకుంటూ) అచ్చా మహరాజ్. మీకీహండామాదీ మాకీహండామీదీ. వస్తాన్ ఆదాబ్ అర్జ్ (అంటూ కుర్చీలో నుంచి లేస్తాడు.)

జగ : ఆదాబ్ అర్జ్. అరేయ్ రాముడూ, అమీన్‌సాహెబ్ గారు వెళ్తున్నారు గాని వెట్టివాణ్ణి బండివెంట వెళ్ళమని చెప్పిరా.

రాముడు : సిత్తం దొరా

(అమీన్ సాహెబ్. రాముడూ వెళ్ళిపోతారు. దేశముఖు గ్లాసులో సారా బోసుకుని ఒక్కొక్క గుటకే తాగుతూ ఉంటాడు. పట్వారీ వెంకట్రావు, మస్తాన్‌ల ప్రవేశం. వెంకట్రావు, కట్టుపంచ, చొక్కా, దానిపైన పాతకోటు, ఎర్రటి గళ్ళుగల తలగుడ్డ, బుజాన ఒక చిన్న తుండు. కాళ్ళకు పాపోసులు (ముచ్చెలు), చంకన దస్త్రం, కళ్ళకు జోడు, దేశముఖు పట్వారీలు పరస్పరం నమస్కారాలు చేసుకుంటారు. పట్వారీని కూర్చోమని దేశముఖు సైగ జేస్తాడు. వెంకట్రావు బల్లచివర కూర్చుంటాడు. మస్తాన్ నుంచోనే ఉంటాడు.)

జగ : ఏమయ్యా, మనం చాటింపు వేయించినా లెక్కజేయకుండా వీళ్ళంతా ఉరుసు కెళ్ళారటగా?

వెంక : ఔను వెళ్ళారు. చాటు చాటుగా దొంగ వెధవలు.

జగ : అయితే నీవేం జేస్తున్నావ్ . కండ్లు మూసుకుని జపం చేస్తున్నావా?

వెంక : కాదు దానికి తగిన ప్లాను ఆలోచిస్తున్నాను. (ముసి ముసి నవ్వులతో) కళ్లు మూసుకొని నిద్రబోయే ఘటమేనా ఇది?

జగ : ప్లానట! ప్లాను! దీనికూడా ఒక పెద్ద ప్లానా? ఒక్కొక్కణ్ణి పిల్చి పక్కలిరగ తన్నేదానికి.

మస్తాన్ : దొరవారు భలేమాట చెప్పారు. దెబ్బకుగాని దెయ్యం వదలదు. లేకపోతే, గుడ్డిగువ్వ ఖరీదు చేయని గొల్ల యల్లమందాయ కూడా నా కెదురు తిరిగితే!

జగ : ఏమిటీ? గొల్లోడు! గొల్లోడా? ఎదురు తిరిగింది బులావ్ గాడిదని... జావ్...
(మస్తాన్ సలాం గొట్టి సంతోషపడుతూ వెళ్ళిపోతాడు)
ఏం? వీరారెడ్డి మరీ పొగరు దిగి ఏడుస్తున్నావటగా?

వెంక : ఔను, అసలు నాయకుడే అతను. ఇంటింటికి తిరిగి అందర్నీ సంఘంలో చేర్పిస్తున్నాడు.

జగ : సంఘం? సంఘమా? నా ఊళ్ళో సంఘం బెట్టాడా?

వెంక : సంఘం బెట్టడమేమిటి? వాడింటి మీద ఇవ్వాళ జండా కూడా వెలసింది.

జగ : అయితే ఇప్పుడు దాకా నీవేం జేస్తున్నావ్? ఎందుకు పీకించలా?

వెంక : పీకించేవాణ్ణే కాని...

జగ : కాని

వెంక : కాని ఇదివరకటంత తేలికగాదు. వ్యవహారం కొంచెం బెడిసింది.

జగ : ఏం?

వెంక : ఊరంతా ఏకమయింది.

జగ : (కోపంగా) ఆ.

వెంక : కాపు, రెడ్డి, చాకలి, మంగలి, సాహెబులు చివరకు మాలమాదిగలు కూడా సంఘంలో చేరారనుకోండి.

జగ : ఏడ్చారు. గుడ్డికన్ను మూస్తే ఎంత తెరిస్తే ఎంత ? రేపీపాటికి ఒక్కొక్కణ్ణి నరికి పోగులేస్తాను. చూడు నాదెబ్బ:

వెంక : మీరు తల్చుకుంటే అంతేగాని అదేం పాపమో ఈ సంఘం నాగజెముడు (పాము పడగ చెట్టు) పురుగులాగా దేశమంతటా వ్యాపించిపోతూ ఉంది. ఏ ఊళ్ళో జూచినా ఇప్పుడిదే గోల. తీగ లాగితే డొంక కదిలేటట్టుంది.

జగ : ఈ కుక్కలెన్ని మొరిగితే ఏముదయ్యా! (చిరునవ్వు నవ్వుతూ) పైనుంచి కిందిదాకా అసలు సర్కార్ మన చేతిలో ఉంది.

వెంక : అందుకనే, ఆచేసే పనేమిటో వాళ్ళద్వారానే చేయిస్తే పీడాబోతుంది.

జగ : అదెట్లా?

వెంక : ఉందిగా, లెవీ సమస్య.

జగ : ఆ ఉంటే.

వెంక : అది సర్కారు పని. వాళ్ళకీ వాళ్ళకీ ముడి బెడదాం. మనం హాయిగా ఒడ్డున గూర్చొందాం. తర్వాత కాగలపని గంధర్వులే తీరుస్తారు.

జగ : షహ్‌బాష్, మొత్తానికి కరణం బిడ్డవనిపించావయ్యా. బట్టతలకి మోకాలికి బలేగా ముడిబెట్టావ్.

(అటూ సారా గ్లాసు వెంకట్రావ్ చేతికందిస్తాడు)

(రాముడు ప్రవేశం)

వెంక : (గ్లాసు తీసుకొని ఒక గ్రుక్క త్రాగి) ఈ ఘటానికి ఇలాంటిదొక లెక్కా! దొరవారి దయవుండాలిగాని...

(మస్తాన్ యల్లమందల ప్రవేశం. మస్తాన్ సలాంజేసి ఒక ప్రక్కన నుంచుంటాడు. యల్లమంద వంగి దండంబెట్టి చేతులు గట్టుకొని ఒకమూల ఒదిగి ఉంటాడు.)

జగ : అరే రాముడూ! నీవుపోయి రైతుల్ని పిల్చుకురా

(రాముడు సిత్తం దొరా, అంటూ దణ్ణంబెట్టి వెళ్ళి పోతాడు)

వెంక : ఏంరా? యల్లమందా, దొరగారికేటానీవిచ్చే గొంగళ్లెన్నిరా?

యల్ల : అయిదు బాబయ్యా.

వెంక : మరి ఈ యేడెన్ని ఇచ్చావురా?

మస్తాన్ : వాడిపని ఇచ్చేటట్టుందా ఇప్పుడు?

యల్ల : అదేందియ్యో మత్తానయ్యా అట్టంటావ్. అప్పుడే మూడిత్తినిగా

జగ : తతిమ్మా రెండెవడిస్తాడురా మాదర్చోద్ నీతాత గాటిస్తాడా?

యల్ల : (దండంబెడుతూ) ఇచ్చుకుంటా దొరగారు ఇచ్చు కుంటానండీ.

మస్తాన్ : ఇంకా ఎప్పుడో ఇస్తాడంట ఒక పక్కన అప్పుడే ఉగాది పండగ వస్తా ఉంటే.

యల్ల : ఇచ్చుకుంటానులే బాబూ. ఈనెల్లోనే ఇచ్చుకుంటా. దొరగారి మామూలు తప్పుద్దా.

వెంక : సరేగాని మందనెక్కడ ఆపుజేస్తున్నావురా?

యల్ల : నిరుడు పుల్లరికి డబ్బు దొరక్కపోతే గూరారెడ్డి గారి దగ్గిర తీసుకున్నాదొరా. ఆడబ్బుకింద నిన్నాయియ్యాల ఆరిచేలోనే కుదరేసిన్నండి.

మస్తాన్ : అరేలుచ్చా. ఎవణ్ణి అడిగి తోలావురా వీరారెడ్డి పొలంలోకి?

యల్ల : (దేశముఖుతో) రెణ్ణాల్లు దోల్తే ఆబాకీ తీరద్ది అని పోయిన్నయ్యా. ఆయ్యాల దొరగారి చేలోకే పోనిత్తండాగా!

మస్తాన్ : (వెంకట్రాన్‌తో) వీరారెడ్డి వాళ్ళసంఘం పెద్ద గాదూ! అందుకని తోలాడులెండి.

వెంక : ఏంరా! సంఘంలో జేరబట్టేనా మస్తానును గొట్టానట.

యల్ల : నేనా కొట్టింది.! రామరామ. ఆయనే నన్ను కొట్టిండండి!

వెంక : తన్నులు దింటావ్. మాదర్చోద్. నిజంజెబ్బు.

యల్ల : అమ్మతోడండి. ఏఒట్టుబడితే ఆఒట్టు (దండంబెడుతూ)మా దేవర తోడండి.

వెంక : ఇంతకూ నీవసలూ సంఘంలో చేరావా లేదా?

యల్ల : (చేతులు నలుపుకుంటూ బిక్కమొగం వేసి) నేనా అండీ... సంగంలోనా అండీ ...
నేనా....

మస్తాన్ : నీవేరా భోసడీక.

యల్ల : ఉ...ఉ...లే..లేదండి.

వెంక : అరెబద్మాష్. అబద్ధం ఆడుతున్నావ్. చెప్పునిజం.

జగ : (గుడ్లెర్రజేసి) ఎయ్ మస్తాన్. ఊం (యల్లమందను కొట్టమని సైగజేస్తాడు)

మస్తాన్ : (చొక్కా చేతులుపై కెగదీస్తూ) ఏమిటిరా లుచ్చా (చెంపబగలేసి) చేరలేదురా?

యల్ల : (దండంబెడుతూ) చేరిన్నండి దొరగారూ చేరిన్నండి అందరూ చేరతంటే నేనూ చేరిన్నండి.

జగ : చేరావ్. లమ్డిక చేరావ్.

వెంక : కట్టుగాడిద. యాభైరూపాయలు జరిమానా కట్టు.

యల్ల : పిల్లలుగలాణ్ణి. సచ్చిపోతా. అసలే కరువురోజులు బాబయ్యో. మీపాదాలకు మొక్తా మీబానిచోణ్ణి.

వెంక : (కాగితంమీదరాస్తూ) అయితే ఈమాటకొప్పుకో.

యల్ల : ఏందిబాబూ?

వెంక : ఏముంది? "సంఘంలో చేరకపోతే చంపుతామన్నారనీ, లెవీ ఎగ్గొట్టమన్నరనీ" ఒప్పుకో, నీ జరిమానా మాఫ్‌చేస్తా.

యల్ల : రామరామ ఆపాపం నేనట్టమూట గట్టుకోనండి. వారట్టనలేదండి.

జగ : మస్తాన్! లోపలికి దీసికెళ్లి వీణ్ణి స్తంభానికి గట్టేసి బొమికలిరగ దన్ను. అప్పుడుగాని ఈ గాడిదకి బుద్ధి రాదు.

(మస్తాన్ యల్లమందను మెడబట్టి లోపలికి గెంటుకెళతాడు. తెరలోనుంచి 'ఒప్పుకో ఒప్పుకో' అనే మ్తాన్ మాటలతోపాటు కర్రదెబ్బల ధ్వని, అమ్మో బాబో చచ్చాన్రో, నాయనో అనే యల్లమంద ఆర్తనాదం వినపడుతడూ వుంటుంది.)

యల్ల : (తెరలో) ఒప్పుకుంటానండి, చంపరండి బాబో, మీ పాదాలకు మొక్తా, పిల్లలు గలాణ్ణి, మీరు జెప్పినట్టే చేత్తా.

(దేశముఖు, పట్వారీలు వికటంగా నవ్వుతూ ఉంటారు. యల్లమందతో మస్తాన్ ప్రవేశం.)

వెంక : ఆ, రా, ఈ కాగితం మీద అంగుష్టం వెయ్.

మస్తాన్ : వెయ్ భోసడిక (అని చేయెత్తుతాడు. యల్లమంద వేలుముద్ర వేస్తాడు) ఖబడ్దార్, వల్లు దగ్గిర బెట్టుకొని బతుకు పో. (యల్లమంద ఏడుస్తూ వెళ్ళిపోతూ ఉంటాడు.) ఈ మధ్య వీడికి కాస్త వల్లు చిమ చిమలాడింది.

వెంక : వీడి దేముంది? అసలాళ్ళంతా ఇంకా అలాగే ఉన్నారు.

మస్తాన్ : ఇయ్యాళ ఒక్కొక్కడు నెత్తురు కక్కాలి రానీ.

జగ : కాని, నీ యిష్టం వచ్చినటు గానీ, నేను మళ్ళీ ఇప్పుడే వస్తాను. (దేశముఖు లోపలి కెడతాడు.)

వెంక : రాము డెళ్ళి చాలసేపయిందే, రైతు లింకా రాలేదు. (అంటూ పొగచుట్ట ముట్టించి కాలుస్తూ ఉంటాడు.)

మస్తాన్ : దొరలు–వాళ్ళపని ఇప్పుడు పిలిస్తే వచ్చేటట్టుందా?

వెంక : అందరి మాట అలా ఉంచు. నీ తమ్ముడు కూడా అందులోనే కలిశాడటగా.

మస్తాన్ : ఎందుకు కలవడు కాఫీర్ ముండాకొడుకు? ఆ వీరారెడ్డితో దోస్తీ ఊరికేపోద్దా? (ప్రక్కకు జూచి) అరుగో దిగుతున్నారు దొరలు.

(వీరారెడ్డి, రామిరెడ్డి, సుభాన్, దాదాల ప్రవేశం)

దాదా : సలాం మారాజ్.

వెంక : నూర్చుకొని ఇంట్లో పోసుకోగానే సరిపోయిందీ? ఎన్ని సార్లు కబురు పంపినా ఒకళ్ళూ లెవీ ఇవ్వరు.

వీరా : అసలు పండితేనా నూర్చి ఇంట్లో పోసుకోవడానికి ?

వెంక : అదేమియ్యా వీరారెడీ చదువుకున్న వాడివి నీవు కూడా అలా మాట్లాడుతావ్? ఏది తప్పినా సర్కార్ లెవీ తప్పుతుందా?

దాదా : పండితే ఎందుకియ్యం ఏటా ఇయ్యటల్లేదండీ.

సుభాన్ : సర్కార్ మాత్రం పండందే ఎట్టా వసూలు జేయమంటారు?

(మస్తాన్ తమ్ముడి వైపు చురచుర చూస్తూ ఉంటాడు)

వెంక : ఆ ఖానూన్ గొడవ నీకేం తెలుసునోయ్? కౌలంటే పాలంటే దొరగారితో పని గనక, ఏదో ఒక విధంగా జెప్పి కొన్నాళ్ళు నెట్టికెళతాను. ఇదేం అడ్డగోలు

గాదు ; సర్కారుతో పని.

రామి : ఇంకా నెట్టికెళ్ళే దేమిటి ? ఆ పండిన నాలుగు గింజలూ కాపలాబెట్టి కల్లం దగ్గిరే గుంజుకెళ్ళారాయె, మాకు మిగిలిందేముంది. పొల్లూ పొలకట్టేగా ?

వెంక : మిడికావ్ లేవోయ్ అసలు మీరు బుద్ధిపూర్వకంగా యిస్తే ఎందుకు గుంజుకెళతారు? అయిన మట్టుకు దిగమింగడమేగా మీ పని.

సుభాన్ : పూట కూటికి గతిలేదుగాని, మేం దిగమింగి చచ్చేదేమిటి?

వెంక : అందాకా ఎందుకు? ముందు నీమాట జెప్పు. ఆరేండ్ల కింద తీసుకున్న బాకీనీ వింతవరకు తీర్చావ్?

సుభాన్ : మా అయ్య జచ్చినప్పుడెప్పుడో ఒక బస్తాగింజలు నాగుకిచ్చావ్. ఆ బాకీ కింద యిప్పటికి 14 బస్తాలు జమకట్టాను. ఇంకా 14 బస్తాలు బాకీ ఉందంటావ్. ఈ బాకి మరి ఎప్పుడు తీరుద్దో ఏమిటో?

రామి : ఒకటే తీరడం, ఇక నీవు జచ్చినప్పుడే తీరేది.

వెంక : మొదటే ఎక్కడికి పోయాయి ఈ తెలివితేటలు? ఆవేళ అయ్యో బాబో అని కాళ్ళావేళ్ళాబడి పట్టుకెళ్ళడం. తీరా ఇవ్వాళ ఇవ్వాలిసొచ్చేటప్పటికి ఇదీ ఏడ్పు. ఇందులో నేనేమన్నా దగా జేశానంటావా ? కావాలంటే నీ వీరారెడ్డితోనే లెక్కచూపించుకో.

వీరా : దీనికి లెక్కతో పనేముందిలేండి. ఆరు సంవత్సరాల క్రితం పట్టుకెళ్ళింది బస్తాగింజలు. ఇప్పటికి 14 బస్తాలు ఇచ్చాడు. ఇంకా 14 బస్తాలివ్వాలంటే ఎలా ఇచ్చుకుంటాడు? ఇంతకంటె అన్యాయం ఇంకేం ఉంటుంది.

వెంక : అయితే ఇంకేం, నీవు మళ్ళీ కొత్తగా ఒకఖానూన్ తయారుచెయ్.

వీరా : ఈ జరిగే దంతా ఖానూన్ ప్రకారమే జరుగుతుందా? పోలీసు అమీన్‌కు విందుచేయడానికి గొల్లోడిమేక నెత్తుకురమ్మని ఏ ఖానూన్‌లో ఉంది?

రామి : భలేమాట జెప్పావ్. ఇంటికొక బండి ఎరువు ఊరికే వీరికివ్వాలని ఎక్కడ రాసిపెట్టుందో!

సుభాన్ : (వీరారెడ్డి వైపుజూచి) ఏంభాయ్! దున్నేదున్నే అరకలూడదీసి పోయి దొరగారి పొలందున్నాలని కూడా ఖానూన్‌లోనే ఉందా?

వీరా : (వెంకట్రావుతో) ఖనూన్‌కేం వచ్చెలెండి. నిరుడు మీ అమ్మాయిగారి పెండ్లికి ఇంటికి అయిదు రూపాయల చొప్పున వసూలు జేశారుగదా, ఇంకా ఖానూన్ ఏమిటండీ?

వెంక : చాల్లే. పోసుకోలు కబుర్లు; తాతలనాటినుంచీ వచ్చే మామూళ్లు ఇవ్వాళ పొమ్మంటే పోతయ్యా.

సుభాన్ : వీలయితే ఖానూన్, లేకపోతే మామూల్. ఔనులే ఎన్ని మామూళ్ళు లేకపోతే ఇంతమేడ కట్టారు?

దాదా : ఎందుకు వచ్చిన పంచాయితీ ఇది సుభాన్. వచ్చిన పనేదో చూచుకోక.

వెంక : మీతో నాకెందుకొచ్చిన గొడవ ఇదంతా ఏమోయ్ దాదేసాయిబూ! మీరంతా రేపుప్రొద్దున్నే లెవీ ధాన్యం కొలవాలి. లేకపోతే ఇక మాటదక్కదు.

దాదా : కొలవ కేంజేస్తాంగాని అసలు పండందే ఏం జేస్తాం?

సుభాన్ : అసలు చెరువులోనీళ్ళు నిలిస్తేనా పండటానికి?

రామి : నిలిచినన్ని నిలుస్తయ్; వారికిచాలుగా. మనం ఏగంగలో కలిస్తే ఎవరికేబట్టింది?

వెంక : ఈ పిచ్చిపిచ్చి వేషాలేమీసాగవ్. వడ్లుపండకపోతే జొన్నలు కట్టండి. జొన్నలు పండకపోతే సజ్జలుకట్టండి.

సుభాన్ : సజ్జలెవడికిపండినయ్ ఈవూళ్ళో. మీకేపండలేదాయె?

వెంక : అయితే జొన్నలు గట్టండి.

దాదా : ఆజొన్నగింజలుకూడా బెట్ట పదున్నే పడ్డాయ్. అక్కడొకమొక్క అక్కడొకమొక్కా మొలిస్తే, పండినవాడికి కాసిని పండాయ్; లేనివాడికి అదీలేదు.

వెంక : బెట్టపదునులో వేయకపోతే పసర పదున్నే వేయక పోయారూ, ఎవడొద్దాన్నాడు.

రామి : వద్దని ఎందుకనాలి? కట్టిన అరకల్ని ఊడదీయించి ఆపదునున్న నాలుగురోజులూ దొరగారి పొలందున్నించుకున్నారు. చాలదూ!

వెంక : ఏమిటీ సోది? ఇన్నిటికీ కష్తాగా? చెంబూ తస్పాలా షైటేయించాలా?

వీరా : ముందు నిరుడు వసూలుచేసిన మా లెవీడబ్బు మాకివ్వండి, ఈ యేటిసంగతి తర్వాత చూద్దాం.

వెంక : ఆ డబ్బు ఇన్నాళ్ళుందా ఏమిటీ? అప్పుడే ఇచ్చాం వార్ ఫండుకి.

సుభాన్ : ఎవర్ని అడిగి ఇచ్చారు.

వెంక : నిన్నడిగి ఇచ్చేదేమిటోయ్! కావాలంటే పోయి పంచాయితీదారుల్ని కనుక్కో.

వీరా : అది మాడబ్బు. పంచాయితీ దార్లెవరు దాన్ని ఖర్చు పెట్టడానికి?

రామి : అయితే ఇంకేం. అత్తసొమ్ము అల్లుడు దానం జేశాడన్నమాట!

వెంక : ఎవడో ఒకడు చేశాడు. పోయి సర్కారునడుగు.

వీరా : సర్కారు నడిగే దానికి ఇక్కడ దాకా రావడమెందుకు? పదండి పోదాం.

(వీరారెడ్డితో పాటు అంతా బయల్దేర బోతారు)

వెంక : ఏం, అయితే మీరు లెవీ ఇవ్వరన్న మాటేగా?

వీరా : ముందు ఆరువందల యకరాలున్న మీరు, గట్టండి.

వెంక : (కోపంగా దిగ్గున లేచి) ఏమిటి?

సుభాన్ : ఏమిటా? ఆరువందల యకరాలున్న మీరూ ఇరవైవేల యకరాలున్న మీ దొరగారూ ముందు గట్టండి. తర్వాత మమ్మల్ని అడగండి.

వెంక : మా యిష్టం. కడతాం, కట్టం, మీ రెవళ్ళురా అడగడానికి?

వీరా : మాటలు కాస్త జాగ్రత్తగా రానీ!

మస్తాన్ : ఏయ్ (అంటూ వీరారెడ్డి మీదకు పోతాడు)

సుభాన్ : ఖబడ్దార్!

(మస్తాన్ చటుక్కున ఆగిపోతాడు. వెంకట్రావు తెల్ల మొగం వేసి వెనక్కి రెండడుగులేస్తాడు.)

(తెరబడుతుంది)

* * *

3

వీరారెడ్డి యిల్లు

(వీరారెడ్డి చెల్లెలు కమల ఉయ్యాలతొట్టి నూపుతూ. పాడుతూ ఉంటుంది.)

జోజో సుందరరూపా

జోజో మా కులదీపా ॥జోజో॥

బాలచంద్రుని రీతి రణమున

వైరిమూకల నుగ్గుజేసే

భారమున్నది వీరపుత్రా ॥జోజో॥

నీదు తెలుగు జాతి నణచు

నీచు లందరి పారద్రోలి

శాశ్వతంబగు ప్రజల రాజ్యం

స్థాపనా చేయాలి నీవే ॥జోజో॥

(పాట పూర్తి అవుతూ ఉండగానే వీరారెడ్డి భార్య సీతమ్మ ప్రవేశిస్తుంది.)

సీత : ఈ పిచ్చి పాటలు పాడమంటే ఇక కూడూ నీళ్ళూ ఏం అక్కరలా.

కమల : ఏం? నీ కీ పాట ఏమీ బాగుండలేదా వదినా?

సీత : ఆ బాగూ ఓగూ మీ అన్నా చెల్లెలికి తెలియాలి. నాకేం తెలుస్తుందిలే అమ్మా!

(వీరారెడ్డి ప్రవేశం)

కమల : (లేని కోపాన్ని నటిస్తూ) ఏమిటయ్యా. నా కీ పిచ్చిపాటలన్నీ నేర్పావ్.

వీరా : పిచ్చి పాటలూ! పిచ్చిపాట లేమిటి?

కమల : వదిన అంటల్లా? పిచ్చియ్యన్నీ నాకు నేర్పి మంచి పాటలన్నీ పదిసకు నేర్పుకున్నా వేం?

సీత : చాల్లే ఊరుకో... ఈ పిల్లకి మరీ పెద్దా చిన్నా లేకుండా బోయింది.

కమల : ఏం అన్నయ్యా! నేర్పవ్ నాకుకూడా?

వీరా : నేను నేర్పడమెందుకు? వదిన్నే నేర్పమను.

కమల : (జాలిగా బతిమాలుతూ) వదినా, నేర్పవ్?

సీత : నోరుముయ్ గాలిపిల్లా.

కమల : నీవు నేర్పకపోతే ఆగుతుందనుకున్నావేం? రోజూ నీవు పాడేటప్పుడు నేను వింటల్లా?

వీరా : అయితే ఇంకేం పాడు.

(కమలను పాడవద్దని సీతమ్మ మొగం చిట్లిస్తూ (వ్రేలుచూపుతుంది)

కమల : (వదినవంకజూస్తూ. నవ్వుతూ ఉయ్యాల నూపుతూ)

జో అచ్యుతానంద జోజో ముకుందా
రార పరమానంద రామగోవిందా॥

సీత : నోరుమూస్తావా? లేదా? అసలు నిన్ను........

(అంటూ మీదికెళుతుంది; కమల గంతులు వేసుకుంటూ వదినకు దొరక్కుండా ఉయ్యాచుట్టూ తిరుగుతూ పాడుతునే ఉంటుంది. వీరా రెడ్డి పకపక నవ్వుతూ ఉంటాడు. పాట అయిపోగానే కమల నవ్వుకుంటూ అన్నచాటున చేరుతుంది.)

సీత : మీరుగాదూ, అసలు ఆపిల్లకి ఇంత అలుసిచ్చింది. ఎక్కడికి పోతుందిలే మీచాలు.

వీరా : మా అమ్మాయికి మా చాలురాక మీచాలు వస్తుందా?

సీత : కనబడతానే ఉందిగా వాదగొండిచాలు.

కమల : (అన్న చాటున ఉండే) మాది వాదగొండిచాలయితే మరి మీదో?

సీత : అట్టాగే పేలుతా ఉండు. అన్నని అవతలకిపోనీ, చెప్తూతా నీపని.

కమల : కొడ్తావా? కొడ్తే అబ్బాయినెత్తుకోనుగా!

సీత : ఎత్తుకోకపోతే నీ పున్నెమాయెలే. అబ్బాయికి నీబుద్ధీ నీ అన్నబుద్ధీ అబ్బకుండా ఉంటే అంతేచాలు.

కమల : మీ అన్న బుద్ధి రావాలా?

సీతమ్మ : మా అన్న బుద్దేవస్తే బాగానే బతికిపోతాడు.

కమల : ఇక రాకరాక మీచాలే రావాలమ్మా.

సీత : (నవ్వుతూ) ఏం? మాచాలువస్తే నీకూతురునివ్వవా మా అబ్బాయికి? సరే ఇవ్వకపోతేమాల్లే.

కమల : (సిగ్గుతో తలవంచుకొని) ఏఫో. నీకెప్పు డీమాటలే!
(అంటూ లోపలి కెళ్ళిపోతుంది.)
(సీతమ్మ వీరారెడ్డి నవ్వుతూ కమలవైపు చూస్తూవుంటారు.)

సీత : అచ్చంగా అత్తయ్యనడకే.

వీరా : అవును. అంతా మాఅమ్మే.

సీత : అందుకనే అమ్మకోరిక తీర్చారుగా.

వీరా : ఏం?

సీత : ఇంకా ఏమంట ఏం? అమ్మాయిపెండ్లి కండ్లతో చూడాలని పాపం ఎంతో మొత్తుకుంది ఆమె. విన్నారూ మీరు?

వీరా : మాఅమ్మ చచ్చిపోయేటప్పటికి దానికి పదేండ్లన్నా లేవు. అప్పుడే ఏంపెళ్ళి?

సీత : ఇంకా నయం? అమ్మాయి కప్పటికి పదేళ్ళన్నా ఉన్నాయి. నా పెళ్ళి నాటికి నా కారేళ్ళేగా!

వీరా : అందుకనే ఊరుకున్నావ్. లేకపోతే ఈ దేశాలు పట్టుకొని తిరిగేవాణ్ణి చేసుకునే దానివేనా?

సీత : చాల్లేండి! ఏంటా మాటలు? ఆడకాడికి మరీ చిన్న పిల్లలై పోతున్నారే?

వీరా : ఏముంది? ఉన్నమాట అన్నాను

సీత : మాటల కేమొచ్చె ఇప్పుడైతే మీరు మట్టుకి చేసుకునే వాళ్ళా ఏమిటి. ఈ చదవురాని పిల్లని? ఎవళ్ళ అదృష్టం ఎవళ్ళు దప్పిస్తారు?

వీరా : ఆట్టేజూస్తే నీక్కూడ మా అమ్మకి బట్టిన చాదస్తమే పట్టినట్టుంది.

సీత : మీ కట్టాగే కనపడుతుంది లెండి. అమ్మాయికంటె ఏడెనకల బుట్టిన పిల్ల లందరికీ పెళ్ళిళ్ళయినాయి. ఎంకమ్మ వదినగారి పెద్దమ్మాయి మన కమల తోటిదిగాదూ? దాని కొక కూతురు...మళ్ళీ ఇప్పుడు...

వీరా : (నవ్వుతూ) ఓహో కమలకు పెళ్ళిచేసి త్వరగా కోడల్ని చూసుకోవాలని ఉందన్న మాట నీకు.

సీత : చాల్లెద్దురూ మీ సరసం; కష్టం సుఖం ఏమీ ఆలోచించరు. ఇంతకూ మీ అమ్మే ఉంటే నా కీ చిక్కే ఉండదు.

వీరా : ఏం? ఇప్పుడు వచ్చిన చిక్కేముంది?

సీత : ఎన్ని జెప్పినా పరాయి అమ్మ గన్న బిడ్డని ఏ కాస్త లోపం వచ్చినా తలా ఒక మాట నన్నంటారు. మీకేం? మొగాళ్ళు.

వీరా : (నవ్వుతూ) పిచ్చిదానా, నింద నీ కొస్తే ఒకటీ, నా కొస్తే ఒకటీనా? ఇది తొందరపడితే అయ్యేపనా? తగిన సంబంధం దొరకొద్దూ?

సీత : దొరకడానికి అసలు మీరాలోచిస్తేనా? మీపనేమో మీరేమో గాని, ఎక్కడ కెళ్ళినా అమ్మలక్కలంతా "ఇంకా మీ ఆడబిడ్డ నెన్నాళ్లు అట్టిపెడతా రమ్మా పెండ్లి చేయకుండా. ఆయనికి తెలియక పోయినా నీ కన్నా తెలియదా!" అనేవాళ్ళే. ఏం జేయను? తలకాయ వంచుకొని బైటికి రావలసి వస్తావుంది.

వీరా : లోకులకేం ఎన్ని అయినా అంటారు. అంతమాత్రాన మనం ఉలిక్కిపడితే ఎలా? సరే, ఈయేడు తప్పకుండా చేద్దాలేం.

సీత : మరి ఎక్కడన్నా మాట్లాడారా?

వీరా : ఆ హుజూర్‌నగర్‌లో.

సీత : ఎన్నేళ్ళుంటాయి అబ్బాయికి? ఆస్తి ఏమన్నా ఉందా?

వీరా : ఆ తిండికీ గుడ్డకీ ఏం లోపం ఉండదులే. కుర్రాడు ఖమ్మంలో చదువుతున్నాడు.

సీత : ఎట్టా వుంటాడు?

వీరా : అమ్మాయి కంటే ఒక చాయ తరుగనే కాని, కుర్రాడి కేం బాగానే ఉంటాడు.

సీత : దాని పాడుగాను, చాయకేం వచ్చేలెండి కొరుక్కు తింటామా. ముక్కూ మొగం సరిగ్గా ఉండాలి గాని, మాఘమాసంలో మంచి లగ్గా లుండయ్యటగా?

వీరా : అందాకా ఎందుకు? ఆ కుర్రాడు పది రోజుల్లో ఇక్కడికే వస్తాడు.

సీత : అప్పుడే ఇక్కడ కెట్టా వస్తాడండీ; మీదంతా మరీ విడ్డూరం.

వీరా : ఇక్కడే అన్నీ మాట్టాడొచ్చు రమ్మన్నాను. పనిలో పని అమ్మాయిని అబ్బాయి చూడొచ్చు, అబ్బాయిని మీరూ చూడొచ్చు.

సీత : ఆదేంటండీ పెండ్లికొడుకే వచ్చి మాట్టాడుకోవడమేమిటి? వాళ్ళ తరపున పెద్దాళ్ళెవళ్ళూ లేరూ!

వీరా : ఇది వెనకటి కాలం కాదు. ఇప్పుడు పెళ్ళిళ్ళంతేలే.

సీత : అవునులే. మీకొక ఆచారం ఉందిగాబట్టి ఇది లేదనా? సరే ఇది కూడా మీ ఇష్టం వచ్చినట్టే కానియ్యండి. ఎట్టాగో ఒకట్టా ముందా మూడు ముళ్ళు బడితే తర్వాత చూద్దాం.

వీరా : ఇందాకా వచ్చినాక ఇంకా ఆగుతుందా? మాఘమాసంలో కాకపోతే చైత్రమాసంలో అవుతుంది.

సీత : ఇంకా నయం చైత్ర మంటారు, వైశాఖ మంటారు, ఆ పిల్ల నెత్తిన ముందా చిట్టెడు గింజలు పడేదాకా నాకేం తోచదు.

వీరా : ఏం?

సీత : ఇంకా ఏమంటా రేమిటి? మొన్న తిరణాల్లో ఆ సచ్చినాళ్ళు ఎంటబడిన పట్లానికి మన రామయ్యే లేకపోతే మా బతుకే మయ్యేది! నాకు మొదటినుంచీ భయంగానే ఉంది. అందుకనే "పెండ్లి గాని పిల్లని తీసుకొని తిరణాలకు నే నెందుకండీ" అని గోలబెట్టా. వినిపించు కుంటేగా?

వీరా : ఆ వెధవలకి జడిసి ఇంట్లోనే కూచుంటామా. ఎక్కడికీ వెళ్ళకుండా .

సీత : ఏం జేస్తాం కూచోక. దుష్టుడికి దూరంగా ఉండమన్నారు పెద్దలు.

వీరా : ఎక్కడుంటావ్ దూరంగా. లొంగినకొద్దీ మరీ నెత్తికెక్కుతారు. ఆ గాడిద లింటిమీద మాత్రం వచ్చి పడగూడదా? ఇలాంటి వెన్ని జరగలా ఇదివరకీ వూళ్ళో.

సీత : ఎందుకు జరగలా? ఆపాపిష్టోళ్ళు ఎంతపని అయినా చేస్తారు.

వీరా : అమ్మాయికంటే ఇవ్వాళ గబగబా పెళ్ళిజేసి బైటికి పంపించామే అనుకో, రేపు నీజోలికే వస్తారు. అప్పుడైనా ఎదిరించక తప్పదుగా.

సీత : ఆకాడికొస్తే చావనన్నా చస్తాగాని ఆసచ్చినోళ్ళకి చిక్కకేం?

వీరా : చచ్చి ఎవర్ని సాధిస్తావ్. ఎదిరించి వాళ్ళకి తగిన బుద్ధి జెప్పాలి గాని.

సీత : ఏం ఎదిరిస్తాం ఆడోళ్ళం?

వీరా : మీరు తల్చుకుంటే ఈరౌడీలొకలెక్కా? మొన్న మల్లారెడ్డి గూడెంలో ఏం జరిగింది? మిలటరీవచ్చి ముట్టడేస్తే ఊరంతా కలిసి ఎదిరించారు. ముఖ్యంగా స్త్రీలుకూడా ప్రాణానికి తెగించి ముందునుంచుని పోట్లాడారు. అనేకమంది తుపాకి కాల్పులకు గురి అయ్యారు.

సీత : (ఆశ్చర్యంగా) ఏమిటి? ఆడోళ్ళుకూడా పోట్లాడారా?

వీరా : ఆ పోట్లాడి ముగ్గురు చచ్చిపోయారుకూడా.

సీత : ఆ ఎంత ధైర్యం చేశారు.

వీరా : ఏం? నీవుమాత్రం చెయ్యవ్ మొన్న తిరణాల దగ్గిర సమయానికి రామిరెడ్డి ఉండడనుకో; అప్పుడు నీవేం చేసేదానివి? అమ్మాయిని అల్లరిచేస్తూ ఉంటే చూస్తూ ఊరుకునే దానివా?

సీత : నాబొందిలో ఊపిరుండగా అమ్మాయిమీద చేయి బడనిస్తానా?

వీరా : షెబాస్! ఎప్పటికైనా అంతే అనుకో. మీఅంతట మీరు నిలబడాలిగాని ఒకళ్ళమీద ఎందాకా ఆధారపడతారు?

సీత : ఎందుకు నిలబడం? మీతోపాటే మేం.

వీరా : అయితే ఇంకేం? నీవుకూడా సంఘంలో జేరు. కమలా! కమలా! (కమల లోపలనించి "ఆ" అంటూ వస్తుంది.) సంచిలో సభ్యత్వ పుస్తకం ఉందిగాని తీసుకురా. మీ వదిన సంఘంలో చేరుతుంది.

కమల : (ఆశ్చర్యంగా) మా వదినా? (సీతమ్మవైపుచూచి) ఏం వదినా? (సీతమ్మ నవ్వుతుంది.)

వీరా : ఊం (కమలను పుస్తకం తెమ్మని సైగజేస్తాడు. కమల రివ్వునలోనికి పరుగెత్తి పుస్తకం తెచ్చి వీరారెడ్డి చేతికిస్తుంది. వీరారెడ్డి పుస్తకంలో సీతమ్మ పేరూ వగైరా రాస్తుంటాడు.)

కమల : ఏం వదినా, సంఘంలో చేరగానే సరిపోదు. నాతో పాటు నీవుకూడా మనాళ్ళందర్నీ సంఘంలో చేర్పించాలమ్మా!

సీత : (వీరారెడ్డి వంకజూచి నవ్వుతూ) చేర్పించక తప్పుతుందా? సంగంలో జేరాక సంగం పెద్ద జెప్పినమాట వినాలిగా మరి.

(వీరారెడ్డి నవ్వుతూ, పుస్తకం కమల చేతికిస్తూ వదినచేత వేలుముద్ర వేయించమని సైగజేస్తాడు. కమల వదినచేత వేలుముద్ర వేయించి హుషారుగా పుస్తకం పైకెగరేస్తూ పాటపాడుతుంది.)

ఓమాతా... ఓభారతమాతా
కదనభూమి కురక నేడె
కదిలినాము ఓహో మాతా ॥ఓ మాతా॥
వదలుమమ్మ నీదు చింత కదలీ నా మీదే
గదిమి అరుల గూల్చెదమమ్మా
ఝాన్సీలక్ష్మీ రుద్రమాంబ
శౌర్యపటిమ చాట నిదే
కదలినాము ఓహో మాత ॥ఓ మాతా॥

కమల : (పాట అయిపోవడంతోనే వదినను కౌగలించుకొని) నీవుకూడా పాడాలమ్మా ఇక సంఘం పాటలు

(దాదా ప్రవేశం)

సీత : (కమల తలమీద చేయివేసి నిమురుతూ) నేనేం పాడతానే; నాకు రావుగా.

కమల : నేను నేర్పుతానుగా.

దాదా : (నవ్వుతూ) నేర్పమ్మా నేర్పు. ఆడబిడ్డ అర్ధమొగుడని ఊరికే అన్నారు మరి.

సీత : ఏంనేర్పినా రేపువచ్చే మాఘమాసందాకానేగా. పదతల దువ్వుతా.

దాదా : అదేంటమ్మాయ్, అట్టంటావ్?

సీత : అమ్మాయికి సంబంధం కుదిరింది దాదా? (వీరారెడ్డి పంక జూచి) తమ్ముడు జెప్పకుండా ఉన్నాడంటలే.
(సీతమ్మ, కమల వెళ్ళిపోతారు.)

వీరా : అదే మొన్న నీకు జెప్పిన సంబందమేలే. ఊళ్ళో కబుర్లేమిటి?

దాదా : ఏమున్నాయి! మరీ మా మస్తాన్‌కి పోయేకాలం వచ్చినట్టుంది.

వీరా : ఏం మళ్ళీ ఏమన్నా జేశాడా?

దాదా : వెనకటికిమల్లే మళ్ళీ కోడిపెట్టల కోసం పోయి గూడెం మీద పడ్డాడు. వాళ్ళు నలుగురూ పోగై తలా ఒకతన్ను తన్నారు.

వీరా : మంచిపని జేశారు.

దాదా : ఇక అక్కడేం ఏడవలేక యింటికొచ్చి ఇదంతా సంగంవాళ్ళే చేశారని నిన్నూ నన్నూ సుభాన్నూ గలిపి నోటికొచ్చి నట్టల్లా తిడతన్నాడు.

వీరా : అంతేలే అంతకంటే అతను చేయగలిగేదేముంది?

దాదా : ఆ పెద్ద మనుషుల్ని ఎందుకు తిడతావని వాడి పెండ్లాం ఏదో కాస్త కలగజేసుకొంది. ఆ మోయిన ఆ పిల్లను బట్టుకొని పాపం చావచితక కొట్టాడు దరిద్రుడు.

వీరా : ఏమీ చేతగాని ఇలాంటి వెధవ లందరికి చివరకి పెండ్లాం లోకువ.

దాదా : అంతే. ఉరిమి ఉరిమి చివరకు మంగలం మీద పడ్డట్టుంది.

వీరా : అమ్మాయి! కమలా! కాసిని మంచినీళ్ళు తీసుకురా అమ్మా.
(యల్లమంద ప్రవేశం. వంటిమీద అక్కడక్కడా సున్నం రాసి ఉంటుంది.)

దాదా : ఏం యల్లమందా ఎట్టావున్నావు?

యల్ల : (దెబ్బలు చూపెడుతూ) ఇట్టా ఉండా మత్తానయ్య దయవల్ల. (అంటూ ఉయ్యాల దగ్గిర కొచ్చి) ఏం చిన్న దొరా, నిద్దరోతుండావా?

సీత : (మంచినీళ్ళు తీసుకొస్తూ) లేపవాకు యల్లమందా, ఏడ్చి ఏడ్చి ఇప్పుడే పండుకున్నాడు.
(మంచినీళ్ళ గ్లాసు వీరారెడ్డి కందిస్తుంది. గ్లాసునందుకొని వీరారెడ్డి మంచినీళ్ళు త్రాగుతూ ఉంటాడు. సీతమ్మ వెనక కమల కూడా ప్రవేశిస్తుంది.)

యల్ల : (నవ్వుతూ) ఇంకా రెండేళ్ళు పోతే మా సిన్న దొర కూడా సంగం పెడతడు.

వీరా : (నవ్వుతూ) ఏమిటి యల్లమందా ఈ అలవాటు? చిన్నప్పటినుంచే దొరా దొరా?

యల్ల : ముద్దుకు పిల్చుకుంటన్నలే అయ్యా.

వీరా : సరేగాని ఆ చేతిమీద దెబ్బ ఏమన్నా తగ్గిందా .

యల్ల : (దెబ్బ జూపెడుతూ) అన్నీ తగ్గినయ్ గాని దీని దుంపదెగ ఇదే కాస్తి ఇంకా నొప్పిగా ఉంది.

సీత : ఏది యల్లమందా . (దగ్గిరకొచ్చి యల్లమంద చేతి వైపు జూచి) అబ్బా! ఎంత కదుంగట్టింది! కమలా లోపలికెళ్ళి... అదేమిటి! ... అదేనే

కమల : అమృతాంజనమా?

సీత : ఊ అదే ఆ సీసే తీసుకరా (కమల లోపలి కెడుతుంది)

యల్ల : (దాదావంక జూచి) ఏం లేదుగాని సిన్నయ్యా, ఒక బుద్ధి తక్కువ పని జేసిన్నే.

దాదా : ఏం జేశావ్.

యల్ల : ఆ చుంచు ముట్టోడు నా చేత ఏలద్దించు కున్నడే.

కమల : (సీసా తీసుకొస్తూ,) చుంచుముట్టో డెవడు?

యల్ల : ఉండాడులే అమ్మా ఉండాడు. ఒక పిలకోడు.

వీరా : ఆ కాగితపు ముక్కతో ఆ పట్వారీ చేసి చచ్చేదేమీ లేదులే. భయపడకు.

యల్ల : ఏమీ లేదుగంద!

(కమల చేతిలో నుంచి సీతమ్మ సీసా తీసుకొని యల్లమంద చేతికి రాయబోతుంది)

యల్ల : (అరచేయి జూపుతూ) వద్దులే అమ్మ వద్దులే; ఇట్ట బొయ్యి నేను రాసుకుంటాలే.

వీరా : పర్వాలేదులే రాయనియ్ యల్లమందా. కాస్తి మెత్తబడుతుంది.

(సీతమ్మ రాస్తూ ఉంటుంది.)

యల్ల : బంగారుతల్లి నూరేండ్లు బతుకమ్మ.

(రామరెడ్డి, సుభాన్ ప్రవేశం)

దాదా : ఏమోయ్ సుభాన్! రోజూ నాకంటే ముందే వచ్చేవాళ్లుగా. ఇవాళ యింత వెనకమాల వచ్చారేం?

సుభాన్ : ఏముంది? రామిరెడ్డి గిత్త ఎటోపోతే దానికోసం తిరుగుతున్నాం.

వీరా : ఏది, ఆ ఎల్లగిత్తా?

రామి : అదే

దాదా : ఎటుబోయింది? ఏమన్నా జాడ తెలిసిందా?

సుభాన్ : ఆ ఆ

వీరా : ఎక్కడుంది?

రామి : ఇంకా ఎక్కడుంటుంది, గడీలో.

దాదా : గడీలో! అక్కడకెట్టాబోయింది?

వీరా : ఎలాబోతుంది! తోలుకుపోతే పోయి వుంటుంది?

రామి : చెరువుకి నీళ్ళకుబోతే వాళ్ళమందలో గలిపి తోలుకెళ్ళారు.

యల్ల : ఆ యెదవలకి అది అలివిగాకేం! అవులెర్రినబడి అదేపోయి ఉంటుంది.

సుభాన్ : వాళ్ళదొడ్డికి పోవడంతోనే దివాణపు ముద్దరేసి కొట్టంలో కట్టేసుకున్నారు.

సీత : ఎంత గోరకలి!

దాదా : (విచారంగా) ఏం గిత్త! అయిదు వందలంటే ఇయ్యాళ దాన్ని కళ్లుమూసుకొని తోలుకెళతారు.

రామి : అయిదువందలాయె, పదివందలాయె; ముందు కాడి కిందపడిందిగదా! ఎట్టజావలంట!

వీరా : సరే ఇవ్వాళ మీటింగులో దీన్ని గురించికూడా గట్టిగా ఆలోచిద్దాం. ఇలా తోలుకెళ్ళిన గిత్తలు మొత్తము ఎన్ని ఉన్నాయో ఇంటింటికి తిరిగి లెక్క తీద్దాం. కొత్త నీళ్ళతోపాటు పాతనీళ్ళుకూడా కొట్టుకురావాలి. అందాకా నా దగ్గర మిగులెద్దుందిగా. దాన్ని అడ్డంబెట్టి పని జరుపు.

రామి : పని జరుపుకోదానికేంగాని, దెబ్బలు తగిలిననాడు కూడా నాకింత కష్టమనిపించలేదు బావా. నా గిత్తల రెంటిని బండికడితే కన్నుమూసి కన్ను తెరిచేటప్పటికి పోయి పేటలో వాలేయి. మరీ దాని దుంపతెగ అది వంటిమీద చేయి వేయనిచ్చేదా రేసు! ఇవ్వాళ పళ్లెంకాడ కూచుంటే నోట్లోకి ముద్దబోలేదే.

దాదా : నిజమే అనుకో నాయనా, కన్న బిడ్డకంటె ఎని మిక్కిలిగా చూసుకునే గిత్త పోయిందంటే ఎవళ్ళకయినా అట్టాగే ఉంటది.

సుభాన్ : వాడి రోజులు దగ్గిరబడే, ఇయ్యాల దీన్ని తోలుకెళ్ళాడు.

సీత : పాపిష్టి ముండాకొడు కింకెన్ని జేస్తాడో!

కమల : చేయాలసిన పనులన్నీ ఇదివరకే చేశాడు.

వీరా : అవును నిరుడుమట్టుకు నిరుడేం జేశాడు! మన సుబ్బయ్యన్నగారి బీట్లో వాడి మందను దోలి అదేమిటంటే ఇది నా బీడే అనలా?

యల్ల : నిజమే ఆడిమందమీద మెకం బడ.

దాదా : ఏం బీడు! బీడంటే బీడా! వరాలబీడు అట్టాంటి బీడు మన ఊరి మొత్తానికే లేదు.

సుభాన్ : అందాకా యెందుకు? చెరువులోతట్టు నాదేఅని ఈ యేడు దున్ని పైరు వేయలా?

యల్ల : అదేందిబాబూ, సరకారి పోరంబాకలకుకూడా కంపగొట్టి అకట్టుకొన్నడుగా, నాగొర్రెపిల్ల మెసలడానిక్కూడా వీల్లేకుండా జేసిందు ఆ సరకారే డజచ్చిండో?

వీరా : సర్కారే సరిఅయిందిఅయితే మనకీ తిప్పలే లేవు. అందుకనే మనం అసలు ఈ ప్రభుత్వమే పోవాలంటున్నాం.

యల్ల : అబ్బో! అట్టంటే మన సుబానయ్యకు కోపంరాదూ?

రామి : ఎందుకు?

యల్ల : నవాబుగారిపెత్తనం పోవడానికి సాయుబు లొప్పుకేకేం!

సుభాన్ : అసలు ముందు ఈ దేశముఖు పెత్తనం పోవడానికి యల్లమంద ఒప్పుకుంటేగా!

యల్ల : అదేందయ్యో సుబానయ్యా, నేను ఒప్పుకోకపోడమేంది! అదు బోవాలిగాని అమ్మోరుకీ ఏటబోతు నియ్యనూ!

వీరా : (నవ్వి) దేశముఖు కూడా మన మతపోడేగా యల్లమందా!

యల్ల : ఏందిబాబూ, నీవుకూడా అట్టా అంటావ్. మన్ని పీక్కుతినేవాడు ఎవడైతేం, పోవలసిందే.

దాదా : మీ దేశముఖు మీ హిందువుల కెంత ఒరిగిస్తన్నాడో మా నవాబు మా సాయుబులు క్కూడా అంతే ఒరిగిస్తన్నాడులే.

రామి : వా డొరిగించి చచ్చేదిలేదు, వీ డొరిగించి చచ్చేదిలేదు; ఇద్దరూ గలిసి మన నెత్తురు తాగేవాళ్ళే.

సుభాన్ : అంతే. దొంగలు దొంగలు కలిసి ఊళ్లు పంచుకోవడమే.

యల్ల : ఎట్టయినా అసలు నవాబు మన దేశముఖంటోదు గాదంటలే! ఆయన సాలా మంచోడంట!

కమల : అలాగే ఉంటుంది; దూరపు కొండలు నునుపు. ఈ జరిగే దుర్మార్గాలన్నీ

ఆయనకి తెలియకుండానే జరుగుతున్నాయా? ఆకునూరులో ఏం జరిగింది? మాచిరెడ్డిపల్లిలో ఏం జరిగింది?

యల్ల : ఓ అమ్మాయికి చాలా పెద్ద పెద్ద సంగతులు తెలుసునే,

సీత : తెలియడ మేమిటి? వాటిమీద ఒక పాటకూడా పాడతంది.

యల్ల : ఏందీ! పాట, పాడమ్మా పాడు.

కమల : పాటలే దేమీలేదు వట్టిదేలే యల్లమందా. (అంటూ సిగ్గుతో కొంచెం తలవంచుకుంటుంది)

దాదా : మా సీతమ్మ నోటినుంచి అబద్ధంరాకేం! పాడమ్మా పాడు.

వీరా : ఊ పాడు, ఇక ఎలాగైనా నీకు తప్పలేదు.

కమల : ఒక్కదాన్నే పాడితే ఏమీ బాగుండదు.

సీత : అయితే ఇంకేం. ఎవరొద్దన్నారు? అన్నా చెల్లెలూకలిసే పాడండి.

(వీరపరెడ్డి కమల కలిసి పాడుతూ ఉంటారు.)

నరకూప మీక్రూర నిరంకుశ
నైజాముపాలన రైతా॥
కరకరపేదల గొంతులుకొసే
కసాయిపాలన రైతా॥
కళలకు సిరులకు నిలయమైన
ఈ తెలంగాణ నో రైతా॥
మలమల మాడ్చుచు వల్ల కాడుగా
మార్చె ప్రభుత్వము రైతా॥
మాన రక్షణకు ప్రాణమిచ్చు మన
మహిళా మణులకు రైతా॥
మానభంగమా! చిత్రహింసలా
మన కట్టెదుటనె రైతా॥
నలుబది మందిని ఆకునూర నా
నడిబజారులో రైతా॥
ఖలు లీ నైజాం పోలీస్ మృగములు
కట్టి చరచిరో రైతా॥
ఏకవస్త్రలని గర్భిణి స్త్రీలని
ఎంచరైరిగా రైతా॥

లోకములో ఈ హింసలు రాక్షసి
మూకలు సేసెన రైతా॥
కైదునబెట్టీ వలువలు విప్పీ
కారము గొట్టిరి రైతా॥
లేదింతకు మించిన యమలోకము
లేదులేదురా రైతా॥
ఎందుకురా నికృష్టజీవితం
దెందుకురా రైతా॥
అందరుకలిసి ఎదిరించాలిదె
ముందుకు రారా రైతా॥

(పాట వింటూ ఉన్నంతసేపూ అందరి కండ్లవెంట నీళ్ళు తిరుగుతాయి.)

దాదా : (విచారంగా వీరారెడ్డితో) ఏంబాబూ, ఇదంతా నిజమేనా!

రామి : నిజమేనా ఏమిటి! ఇదంతా నాకండ్లారా చూస్తేను. ఏం వీరారెడ్డిబావా, ఎదో ఉత్తరం ఇచ్చిరమ్మని ఆయాళ నీవు నన్ను అకునూరు బంపలా? అప్పుడామె ఎవరోవచ్చి... ఆ ... ఏమిటీ ఆమెపేరు...

కమల : ఎవరు, పద్మజానాయుడా?

రామి : రా ఆ ఆమెగారే ఒక్కొక్కళ్లు ఆమెగారి దగ్గరకొచ్చి తమ చెరలు చెప్పుకుంటుంటే నా కడుపు తరుక్కుపోయిందనుకో.

దాదా : (వీరారెడ్డితో) ఎవరు బాబూ ఆ మాతల్లి.

సుభాన్ : సరోజినీదేవి కూతురు.

సీత : ఆమె దేవూరు?

వీరా : మన హైదరాబాదే. సరోజనీదేవి అంటే సామాన్యురాలు గాదు కాంగ్రెసులో గొప్పనాయకురాలు.

యల్ల : కాంగిరేసేంది బాబూ?

వీరా : ఇక్కడ మన ఆంధ్రమహాసభలాగే దేశంలో అదొక పెద్దసంఘం. ఎప్పుడన్నా గాంధీగారి పేరు విన్నావూ!

యల్ల : గ్యాందీగారా? గ్యాందీగారిపేరు ఇనక పోవడమేంది.ఆయనేగా (అంటూ గోడకు తగిలించి ఉన్న గాంధీ ఫోటోను చూసిస్తాడు)

సుభాన్ : ఊం ఆయనే ఆసంఘానికి నాయకుడాయనగారే.

దాదా : ఇట్టాంటి పెద్దలుండగానే ఇంతంత ఘోరాలు చేస్తున్నారు.

వీరా : ఎందుకు జేయరు. పటేల్లాంటి వాళ్ళుకూడా ఈ రాజులతో నవాబులతో రాజీపడుతూ ఉంటే?

యల్ల : ఏందీ పటేలా? ఏ పటేల్?

కమల : సర్దార్ పటేల్.

యల్ల : ఓసోసి! అయితే ఆయన ఈ పటేళ్ళందరి తలదన్నినోడన్నమాట!

సుభాన్ : అదిగాదు యల్లమందా, ఆయన మన పటేళ్ళాంటి వాడు గాదు; పెద్ద కాంగ్రెసు నాయకుడు.

యల్ల : ఎంత కాంగిరేసు అయితే మట్టుకి ఈ పటేళ్ళ నెట్టా నమ్ముతావయ్యా? మీరు లచ్చ జెప్పండి. నేను మట్టుకి పటేల్ నెవణ్ణీ నమ్మను.

వీరా : (నవ్వుతే) సరే ఇప్పుడు నీకు తెలియదులే ఈ గొడవ. పోనీ దీన్ని గురించి రేపు తీరికగా చెప్పుతానులే.

(మంగలి రాముడు ప్రవేశం.)

వీరా : ఏమిటి రాముడూ ఇలా వచ్చావ్.

రామి : ఏం దొర పంపించాడా మమ్మల్ని తీసుక రమ్మని.

రాముడు : లేదు బాబూ!

కమల : మీకోసం గాదులే. మళ్ళీ యల్లమందను తీసుకరమ్మని పంపించి ఉంటాడు.

యల్ల : ఆ నా కోసమే. ఇంకా నేను గడీకెల్లకేం! (రాముడితో) ఏమైనా సరే నేను రాను పోఆశ, చెప్పుకో పొయ్యి.

(అందరూ నవ్వుతూ ఉంటారు)

వీరా : అసలు విషయమేమిటో చెప్పనియ్. ఎందుకప్పుడే తొందరపడడం?

దాదా : (రాముణ్ణి జూచి) ఏమిటి పని?

(చెప్పడానికి రాముడు సందేహిస్తూ ఉంటాడు)

వీరా : సందేహిస్తా వెందుకు? చెప్పు.

రాముడు : ఏం ఏదు బాబూ. నేనుకూడా... (అందరి మొఖాల వైపు చూస్తూ ఉంటాడు)

వీరా : చెప్పు. పర్వాలేదులే చెప్పు.

రాముడు : నేను కూడా సంగం పడదామనుకున్నా దొరా!

దాదా : ఈ మాట చెప్పడానికే ఇంత భయపడతావేం?

రాముడు : ఈ సంగతి మల్లా దొరకు తెలిస్తే నిలువునా పాణం దీస్తాడు.

రామి : నీవు మా సంఘంలో ఎట్టా జేర్తావ్?

వీరా : అదేమిటి రామిరెడ్డీ, ఎందుకు జేరగూడదు? అతను మాత్రం మనలాంటి బీదోడు గాదా?

సీత : అయితేం, దేశముఖు మనిషిగా!

వీరా : అలా అనుకుంటే మన మంతా ఎవరం? దేశముఖ్ మనుషులం గాదా? అతను దేశముఖ్ ఇంట్లో చాకిరీ జేస్తున్నాడు. మనం బైట పొలం మీద పండించి వాడింట్లో బోస్తున్నాం. అంతే తేడా.

దాదా : బాగా పొరజూస్తే అంతేలే. ఏముంది తేడా?

యల్ల : ఈ మంగలాయన జేరతానంటే మట్టుకు దొర ఊరుకోవద్దూ.

సుభాన్ : ఏమయ్యా రాములూ, బాగా ఆలోచించుకున్నావా? ముందు చాలా చిక్కులొస్తాయ్.

సీత : ఇంకా ఆలోచించుకొనేదేముంది! ఈసంగతి దొరకి తెలిస్తే నీకాస్తి నౌకరీ ఊడిపోతుంది.

రాముడు : పోతేపోయిందిలే అమ్మా. నాపీడావదులుద్ది ఈ నౌకరీ ఉండిమట్టుకు నాకొరిగించే దేముంది? పొద్దస్తమానం ఆయనింట్లో అరవశాకిరీ సేయడమేగా?

కమల : ఏం? మీ మంగళ్ళ కేదో కొంత మాన్యముండాలిగా!

రాముడు : (విచారంగా అదేవుంటే లేందేమిటమ్మా. ఎట్టో ఒకట్టా బతికేవాళ్ళం.

దాదా : ఆ మాన్యం కాస్తీ అప్పుడే లాక్కున్నాడుగా!

రాముడు : అయిదేళ్ళకింద ఎన్నడో నాపెళ్ళికి పాతిక రూపాయలిచ్చిండు. వడ్డీతో వంద దాటిందనీ నిరుడు ఆకాస్తిగడ్డా లాక్కున్నాడు.

వీరా : ఇందులో ఆశ్చర్యమేముంది? ఇది మామూలుగా జరిగేదేగా?

దాదా : ఈ ఊళ్ళో పనిపాటలోళ్ళ మాన్యాలెవళ్ళయ్ మిగిలాయి?

యల్ల : మాన్నాలేనా? బంచరాయికూడా నాదే అని లాక్కున్నాడుగా.

వీరా : తాతల నాటినుంచి కాపురముండే కొంపల్లో నుంచి లేవగొడితే దిక్కులేదుగాని, ఇవి ఒకలెక్కా? వాములుదినే స్వాములకి పచ్చిగడ్డి ప్రసాదం! ఇలాంటి వెన్ని లాక్కోందే వాడికి ఇరవై వేల ఎకరం అయింది?

సీత : సరే. పాపంముండా రాముణ్ణి సంగంలో జేర్చుకోండి.

వీరా : ఏం దాదా, చేర్చుకుందామా?

దాదా : నీ ఇష్టం నాయనా. అ మంచీ చెడ్డా అంతా నీకే తెలుసు.

రామి : ఏంరా రాముడూ, సంగంలో జేర్చుకుంటే ఇక దివాణంలోకి పోకుండా ఉంటావా?

వీరా : ఏం పోతే?

రామి : ఏం పోతేనా? రెండావు దూడలాగా అక్కడా ఇక్కడా ఎట్టకుదురుద్ది? ఉంటే సంగంలో సన్నా ఉండాలి; లేకపోతే దివాణంలో సన్నా ఉండాలి.

రాముడు : ఇదంతా ఎందుకు బాబు అసలుమీరు పొమ్మన్నానేనాడకు బోను.

సుభాన్ : ఏం ఎందుకని?

రాముడు : ఏంజెప్పను బాబు నాగోడు కొడుకు బుట్టి ఏడాది అయింది. ఇంతవరకు వాణ్ణి ఎత్తుకొని ఎరగను.

సీత : అదేంటి రాముడూ అట్టంటావ్!

రాముడు : ఏముంది తల్లీ. కోడిగూసినప్పుడునగా లేసి సద్ది దాగి గడీకిబోతా. ఆ పోయిన పోవటం మళ్ళీ నడిజాముకి గాని కొంపకు జేరను. ఇంకా వాణ్ణి నేనెత్తుకునే దెప్పుడమ్మా?

సీత : నిజమేపాపం, నీవెళ్ళేటప్పటికి లేవడు. మళ్ళీ నీవు తిరిగి వచ్చేటప్పటికి నిద్రబోతా ఉంటాడు. అంతేనా?

రాముడు : అంతేనమ్మా, అంతే.

కమల : నడిజాందాకా అక్కడేం జేస్తావ్ రాముడూ?

రాముడు : ఒకపనా? ఎల్లిన కాడనుంచి బారెడు పొద్దెక్కె దాకా పక్కలు తీయడం మంచాలెత్తడం. ఆ లంకంత కొంప ఊడ్చి ఎత్తిపోయడం సరిపోద్ది. పగలు పొద్దాకా ఆయన సేవజేయాలిగా? మళ్లీ సందకసు వూడవడం, కందిళ్ళు (లాంతర్లు) తుడవడం, మళ్లీ పక్కలేసి ఆయన నిద్దరోయిందాకా కాళ్ళు బిసికి – అప్పుడు బైట పడాలి. ఇంత జేసినా ఏరోజుకారోజు చీవాట్లూ చెప్పు దెబ్బలూ తప్పవ్.

యల్ల : ఓసోసి. ఆటేజూత్తే నీకంటే నేనే కాత్తి మెరుగన్న మాట!

రాముడు : నీకేమయ్యా మారాజువి. ఎల్లిననాడు గొర్రెలకాడి కెల్తావ్, లేనినాడు హాయిగా గొంగళి ముసుగెట్టి పండుతావ్.

యల్ల : టుర్ర్, కీ...

రామి : అదేంటి నీబొంద?

యల్ల : లేకపోతే ఏంది నేను మారాజునంట, మారాజుని ఒకనాడు జీవాలెమ్మ

టెల్లమను తెలుత్తుంది. మంగలాయిన సంగతి.

(అంతా నవ్వుతారు.)

సుభాన్ : బీదోళ్ళక్ కష్టాల కేం తక్కువలే. కాస్తి కూస్తి తేడాకేంగాని అందరిపనీ అలాగే వుంది.

వీరా : అవును. అందుకోసమే మన మందరం గలిసి సంఘం బెట్టుకుంది. మన సంఘం ఎంత త్వరగా బలపడితే అంత త్వరగా మన మీ కష్టాల నుంచి గట్టెక్కుతాం. సరే, రాముడూ ఇప్పుడు మేం మీటింగుకు పోతున్నాం. గాని, రేపు ప్రొద్దున్నేరా సంఘంలో చేరుదుగాని.

రాముడు : సిత్తం దొరా, మీ బానిచోణ్ణి.

వీరా : అలా అనగూడదు. మన సంఘంలో దొరలూ–బానిసలూ అంటూ ఉండరు. అందరం సమానమే. అంతా అన్నదమ్ముల్లాగా వుండాలి.

రాముడు : సిత్తందొరా, (నాలి కొరుక్కుని) సిత్తంబాబూ. వత్తానండి.

(దణ్ణంబెట్టి వెళ్ళబోతూ ఉంటాడు.)

వీరా : ఇదిగో రాముడూ, దివాణప్పనికి వెళుతూనే వుండు, ఎందుకయినా మంచిది.

రాముడు : అట్నేలే బాబూ (నాలుగడుగు లేసి వెనక్కి తిరిగి మళ్ళీ వీరారెడ్డి దగ్గిర కొచ్చి ఈ సందట్లో అసలు మాట మర్చిపొయ్యా. ఇయ్యాల దొరగారూ పట్వారీ కలిసి కచ్చడపు బండ్లు కట్టుకొని నల్లగొండ బోయి న్రండీ. ఆడనుంచి దొర పట్నం కూడా పోతడంట.

(అందరూ ఆలోచిస్తూ ఉంటారు.)

దాదా : ఎందుకెళ్ళి నట్టబ్బా!

రాముడు : రాత్రి చానా పొద్దోయిందాకా ఇద్దరేందో గుస గుస లాడిన్రు?

సుభాన్ : ఏమన్నా దొంగ కేసులు పెడతాడేమో మనమీద.

వీరా : (ఆలోచిస్తూ) సరే రాముడూ నీవు పద, మరేం పర్వాలేదు.

(రాముడు దణ్ణంబెట్టి వెళ్ళిపోతాడు)

రామి : (రాముడు పోయిందాకా అతనివైపు చూస్తూ) ఏమో, వీణ్ణిక్కడికి జేరనివ్వడం నా కనుమానంగానే వుంది.

వీరా : ఏమిటి అనుమానం? అతన్ని సంఘంలో జేర్చుకోవడం తప్పనా నీ ఉద్దేశం? అలాంటి బీదోళ్ళని జేర్చుకోకపోతే ఇంకెవర్ని జేర్చుకుంటావ్. నీకంటె, నాకంటే, అతనికేం తక్కువ కష్టాల్లేవు.

రామి : ఎన్ని జెప్పినా అతను దివాణప్పురుగు. ఇక్కడ సంగతులన్నీ మూట గట్టుకెళ్ళి అక్కడ జెప్పితే...

సుభాన్ : ఏం చేస్తే, మనకేం భయం మనమే మన్నా, దొంగేడ్పు ఏడుస్తున్నామా?

దాదా : అట్టాంటి బీదోణ్ణికూడ అనుమానిస్తే మన సంఘం ఎట్టా బలపడతది రామిరెడ్డీ. కాకపోతే నాలుగు రోజులు కాస్త కనిపెట్టి ఉందాం.

సీత : ఎంత దివాణంలో ఉన్నా, మొదటి నుంచీ రాముడు కాస్తి మెత్తని ముండాకొడుకే. అంత మోసం జేస్తాడనుకోను.

కమల : చేస్తే ఒకరోజు చేస్తాడు, రెండు రోజులు చేస్తాడు. తర్వాత ఎక్కడికి బోతాడు?

యల్ల : ఏడకి బోతడు, అంతేలే బుల్లెమ్మా. మేక అయిందీ మొకం అయిందీ నాలుగడుగు లేసేటప్పటికి అదే తేలుద్ది. పదండి పోదాం, మీటింగుకి.

వీరా : సరే పదండి పోదాం. బోలో ఆంధ్ర మహాసభకీ జై.

లేవండోయ్ లేవండోయ్
కార్మిక కర్షక యోధుల్లారా ॥రారండోయ్॥
దారుణ హింసాకాండను ఢీకొని
పోరాడాలిదె రణరంగానికి ॥రారండోయ్॥
పేదల రక్తము పీల్చు దేశముఖు
పిశాచిపాలన నశింపజేయగ ॥రారండోయ్॥
స్త్రీలను జెరచీ శిశువు జంపే
కాల కింకరుల కాలరాయగా ॥రారండోయ్॥
ప్రజలకు హక్కులేని ప్రభుత్వం
ప్రభుత్వమా అది పశు ప్రభుత్వం
స్వాతంత్ర్యము మన జన్మహక్కని
జయభేరిని మ్రోగించ పదండోయ్ ॥ రారండోయ్॥

* * *

4

దివాణం (గడి)

(దేశముఖు, అతని వెనుక పట్వారీ. ప్రవేశం)

జగ : చూడవయ్యాచూడు. పదిరోజుల్లో ఒక్కొక్కణ్ణి చీల్చి ఎండేస్తానోలేదో! పూటకూటికి గతిలేని ఈ వెధవలు నన్నా ఎదురించేది?

వెంక : (నవ్వి) అంతేలెండి. గొర్రెకొవ్వి కొండమీద తిరగ బడిందట! అలావుంది! వీళ్ళపని.

జగ : హ్హాం. ఏమిటనుకున్నారో, దేశముఖు జగన్నాథరెడ్డి అంటే.

వెంక : మీసంగతి ఆ కూపస్తమండూకాలకేం తెలుసు! ఆవులించితే మీరు పేవులు లెక్కబెట్టరూ! మీరు పట్నం బయలుదేరగానే అనుకున్నా "దొరవారికి కోపంవచ్చింది, ఇక ఈ దెబ్బతో ఈ గాడిదలంతా నల్లుల్లాగా మాడిపోవలసిందే" అని.

జగ : అనుకోవడ మేమిటయ్యా, ఇంకా మనకత్తి కెదురు కత్తి ఉందా?

వెంక : ఎలాగైనా... మన ప్రభువు...

జగ : ప్రభువు !(వివరంగా నవ్వి) మనం లేకపోతే ప్రభువెక్కడుంటాడయ్యా, సాయిబైతేమాత్రం సర్‌మీర్జా ఇస్మాయిల్‌ని చెప్పుకోవాలిగాని.

వెంక : అబ్బో ఆయనెక్కడ! యుగంధరుడు.

జగ : కాకపోతే ఏమిటి మరి. ఎక్కడ వేయాలిసిన పాచిక అక్కడే వేస్తున్నాడు. చూడు, అటు వైస్రాయి దగ్గర కెళ్ళి నీఅంత మొనగాడు లేడనిపించుకున్నాడు. ఇటు కాంగ్రెసు వాళ్ళ దగ్గిరకెళ్ళి కాంగ్రెసోడనిపించు కుంటున్నాడు.

వెంకి : అనిపించుకోవడ మేమిటి? డాక్టరు పట్టాభిశీతారామయ్యపంతులుగారి పత్రిక జన్మభూమికూడా ఆయన్ని కాంగ్రెసువాదే అని వ్రాసింది.

జగ : ఒహో, అలాగా! ఇంకా నాకాసంగతి తెలియదే ఏమి ప్రజ్ఞయ్యా, అలా ఇంకెన్ని పత్రికల నోళ్ళు గట్టాడో!

వెంక : అసలు ఆయనికి వ్యతిరేకంగా నోరు తెరచిన పత్రిక ఒక్కటుందా?

జగ : పత్రికలమాట సరేనా. ఇలాంటి వెధవలందర్నీ కేసులుపెట్టి శిక్షించమని హైకోర్టు కిందకోర్టులకు ఒక రహస్య సర్క్యులరు కూడా పంపింది. ప్రపంచంలో ఏ మంత్రి చేయించగలిగాడయ్యా ఇంత గొప్పపనీ?

వెంక : నిజమే మంచిప్లానే వేశాడు. కాని ఏంలాభం; అదేదో పత్రిక ఆ రహస్యం కాస్తా బైట బెట్టిందిగా!

జగ : ఏడ్చింది! మంత్రాలకు చింతకాయలు రాలకేం? జరిగే పనేదో జరుగుతూనే ఉంది. ట్రైనింగు తీసుకునే వాళ్ళు తీసుకుంటూనే ఉన్నారు. ఊళ్ళమీద దాడిజేసే వాళ్ళు చేస్తూనే ఉన్నారు. హైద్రాబాద్‌లో చివరికి నిజాం సాగర్‌లో కూడా విమానాశ్రయం నిర్మిస్తున్నారు.

వెంక : (ఆశ్చర్యంగా) నిజాం సాగర్‌లోనా! చెరువులోనా విమానాశ్రయం!

జగ : ఆం చెరువులో విమానాశ్రయం ఇంగ్లండులో లేచిన విమానాలు ఎకాఎకివచ్చి ఇక నిజాంసాగర్‌లో వాలడమే. ఏమనుకున్నావ్ మరి మీర్జాఇస్మాయిల్ దెబ్బంటే!

వెంక : మొన్న ఆకిన్‌లెక్ కూడా మన హైదరాబాద్ వచ్చాడటగా!

జగ : వచ్చాడు : వేయాలిసిన ప్లానేదో వేశాడు. ఇక మన కేం లెక్క ; కానివ్వవయ్యా మన తరఫున లక్ష నైజాం సైన్యం ఉంది. ఇంకా కావలసివస్తే అంగ్రేజ్ సర్కారు విమానాలు, టాంకులు కూడా పంపిస్తుంది. ఇక వీళ్ళా. వీళ్ళ సంఘాలు ఈ దెబ్బతో మసిమసి.

వెంక : అసలు అంగ్రేజ్ (బ్రిటిష్)లో ఉన్న సంఘాలుకూడా పోతేగాని మనకి పీడ పూర్తిగా వదలదు.

జగ : ఇంకా సంఘా లేమిటి? అసలు బ్రిటిష్ ఆంధ్రే మన నవాబుగారి చేతుల్లోకి వస్తూ ఉంటే.

(మస్తాన్ ప్రవేశించి సలాంజేసి ఒక ప్రక్కన ఒదిగి నుంచుంటాడు. అతని ముఖంలో విచారభావం వ్యక్తమవుతూ ఉంటుంది.)

వెంక : ఏ మస్తాన్ అలా ఉన్నావ్.

మస్తాన్ : ఏం చెప్పను, పొద్దుటినుంచి ఊరుచుట్టూ గూడెం చుట్టూ తిరిగి తిరిగి నా దుంప తెగింది.

వెంక : ఏం?

మస్తాన్ : ఏముంది, ఇయ్యాల ఒక్క జీతగాడూ రాల!

జగ : (గుడ్లురుముతూ) ఆం అంతపొగరు దిగిందా?

వెంక : ముందు సేత్ సింధీని (మోతాదు) బంపి వాళ్ళందర్నీ పిల్చుక రమ్మను.

జగ : ఊంవెళ్ళు. ఇవాళ ఒక్కొక్కణ్ణి డొక్కజీల్చేస్తాను.

మస్తాన్ : ఇంకా సేత్ సింధీ ఎక్కడబాబూ, వాడందరికంటె ముందే ఎగగొట్టాడు.

వెంక : అయితే ఊరు, గూడెం ఏకమయిందన్నమాట.

మస్తాన్ : ఎక్కడగొడ్లు అక్కడే ఉన్నాయి. చివరికి వాటి దగ్గర పేడతీసే దిక్కుకూడా లేదు.

వెంక : (దేశముఖు వైపుచూచి) ఎంతపని చేశారు గాడిదలు. మన ఇద్దర్నీ ఊళ్ళోలేకుండాజూసి.

మస్తాన్ : మీ ఇద్దరూ ఊళ్ళో లేకపోవడంవల్లనే వాళ్ళకింత కొమ్ములొచ్చాయి. రాములవారి గుడిదగ్గర పెద్ద మీటింగుకూడా జేశారు.

జగ : మీటింగే! నావూళ్ళో! నా రామ మందిరం ముందు? మరి నీవెక్కడేడ్చావ్!

మస్తాన్ : ఏం జేస్తాను ఊరూ నాడూ ఏకమైతే? వాళ్ళ ముందిప్పుడు నాబోటోడు మాట్లాడేటట్టుందా? ఆయనెవరో, ఒకాయన వచ్చాడు జిల్లానాయకుడంట- జిల్లానాయకుడు? తెగవదిరాడు. అప్పటికీ కోపం పట్టలేక మనముఠాచేత మీటింగు మీద రాళ్ళు వేయించా.

వెంక : భలేపని చేశావ్, కుక్క కాటుకు చెప్పుదెబ్బ. సరిపోయింది.

మస్తాన్ : సరిపోయేదే, కాని.....

జగ : కాని.....

మస్తాన్ : దొంగగాడిదకొడుకులు, కాపలాగాసి మనాళ్లందర్నీ పట్టుక కొట్టారు.

వెంక : కొట్టటమే!

మస్తాన్ : కొట్టడమేమిటీ? మరీమన ఓనమాల వెంకన్నని చావచితక బొడిచారనుకోండి. మీటింగులో లేచినుంచోని అంతా ప్రమాణంకూడా జేశారు. దేశముఖు పెత్తనం నాశనం జేసిందాకా నిద్రబోరట!

జగ : ఏమిటి! ప్రమాణాలవరకూ వచ్చింది. చూస్తాను. వాళ్ల నాశనమో నా నాశనమో తేలిపోవాలి.

(ఒక పోలీసు ప్రవేశించి సలాంజేసి నుంచుంటాడు)

వెంక : అమీన్‌సాబ్‌గారు వచ్చేశారా ఏమిటి?

పోలీసు : ఆం వస్తున్నారు మారాజ్.

జగ : పోలీసో?

పోలీస్ : ఆం పోలీసుకూడా వస్తాఉంది మారాజ్.

వెంక : వస్తున్నారా : అచ్చా

జగ : ఎవడురా అక్కడ?

(రాముడు ప్రవేశించి దణ్ణంబెట్టి నుంచుంటాడు)

జగ : ఏంరా, బంగళాఅంతా ఊడ్చి బాగుజేశావా?

రాముడు : ఆం చేసిన్ను దొరా.

జగ : (వెంకట్రావుతో) తయారుచేయవయ్యా జాబితా, అరే రాముడూ, ఆ జాబితా కోమటికిచ్చి కావలసిన వస్తువులన్నీ బంగళాకి పట్టుకెళ్ళు.

(పట్వారీ వెంకట్రావు జాబితా తయారుచేస్తూ ఉంటాడు)

జగ : ఏయ్ మస్తాన్. నీవెళ్ళి గేటుదగ్గరనుంచో. అమీన్‌సాబ్ రాగానే నాకు కబురుచెయ్. (పోలీసుతో) రెండు ఏటలు సరిపోతయ్యా.

పోలీస్ : పలావ్‌కి మా అందరికి రెండెట్టా సరిపోతయ్ జనాబ్! కనీసం నాలుగయినా ఉండాలి.

జగ : సరే, పంపిస్తాను.

వెంక : అరేయ్ రాముడూ, ఇదిగో జాబితా పట్టుకెళ్ళు.

(కాగితం మడిచి రాముడికివ్వబోతాడు)

పోలీస్ : ఏమేం రాశారు పట్వారీసాబ్?

వెంక : మీకు కావాలిసినవి సమస్తంరాశాను; మషాళా దిన్సులు, మిర్చి, చింతపండు, అల్లం, బెల్లం, వుప్పు, పప్పు, ఉల్లిగడ్డలు, వెల్లిగడ్డలు, బీడీలు, సిగరెట్లు - బియ్యం నెయ్యి.....

పోలీస్ : నెయ్యి ఎంతవేశారు?

వెంక : అరడబ్బా.

పోలీస్ : అరడబ్బా ఏట్టాజాల్తుంది మారాజ్. ఒక్కడబ్బా అయినా లేకపోతే ఎట్టా?

జగ : (వెంకట్రావుతో) ఊం వెయ్యవయ్యా, డబ్బావెయ్. అరే రాముడూ. నీతోపాటు ఈ పోలీసుకూడా వస్తాడు గాని ఆయనికి కావలసినవన్నీ ఇప్పించేసెయ్.

రాముడు : సిత్తందొరా (జాబితా తీసుకొని దణ్ణంబెట్టి వెళ్ళిపోతాడు)

పోలీస్ : ఆదాబ్ అర్జ్, (సలాంజేసి వెళ్లిపోతాడు)

జగ : (అటూఇటూ పచార్లుగొడుతూ) నేటికి నా ఊళ్ళో పొరుగూరివాడు వచ్చి మీటింగు బెట్టడమా! సమయానికి నేను లేకపోతిని.

వెంక : మనమే ఉంటే ఊళ్ళో కాలుబెట్టి మళ్ళీ వాడు బైటికి పోతాడా? వంటింట్లోకొచ్చిన కుందేలు తప్పించుకపోయింది. ఇప్పుడేమనుకుంటే ఏం లాభం?

జగ : చూస్తాను ఈసారి ఎలా తప్పించుకబోతాడో!

వెంక : అసలీజిల్లాకు చిచ్చుబెట్టిందే ఆ వెధవ. ఒకసారి గట్టిగా దరువు పడితే కాని...

జగ : దరవులేదు, గిరువులేదు. ఈసారి దొరికితే బిస్మిల్లా చేయడమే, ఎన్ని వేలయితే మాత్రమేం?

వెంక : ఆ ముండమోపికి వేలుగావాలా? మన వెంకన్ననీ, సుబ్బన్ననీ ఇంకా రెండుపావు లెక్కువేసుకోమంటే సరి! రేపీపాటికి...

(మస్తాన్, అమీనుల ప్రవేశం)

జగ:వెంక: (లేచి నుంచోని) ఆదాబ్ అర్జ్హైం

అమీన్ : ఆదాబ్ అర్జ్హైం

(దేశముఖు అమీన్ కెదురుగావెళ్ళి, కరస్పర్శజేసి తీసుకొచ్చి తన కుర్చీలో కూచోబెడతాడు. పక్కనున్న కుర్చీలో తాను కూచుంటాడు. పట్వారీ ఒకపక్కన, మస్తాన్ మరోపక్కన నుంచుంటారు.)

అమీన్ : (కుర్చీలో కూర్చుంటూ) హేమ్టీ మహరాజ్. నీమీదా షికాయత్ వచ్చిందీ. మీదీ దివాణంలో చాలాచాలా గొడ్వాహుందట!

జగ : నామీదనా షికాయత్! ఎవడా చేసింది?

అమీన్ : హెవడూ హెమ్టి! హిక్డీ జనంహంతా దస్తఖత్ చేసీ తాలూకాదార్కీ హింతాపొడ్గూ మహజర్ హోక్డీ పంపార్. రైతుల్మీద చాలాచాలా జులుం చేస్తున్నావూ హంట.

వెంక : సర్కారీలెవీ ఇవ్వమని గట్టిగా అడగడంకూడా జులుమేనా. లెవీ ఇవ్వకుండా ఎగ్గొట్టి పైన దేశముఖ్ గారి మీదనే రిపోర్టు చేశారన్నమాట! ఏముంది! మొగుణ్ణి గొట్టి మొర్రో అన్నట్లుంది ఇదంతా.

అమీన్ : హరే లెవీ గివీ గొడ్వా మాకీహేమి? హోళ్ళాకొంపల్కీ లూటీచేయడం, హెద్దులకీ తోల్కూపోవడం. హోళ్ళా పొలాల్కీ మీది ఖబ్జా (వశం) చేస్కోవడం, గడీకీ పిల్చికొట్టడం హిందంతా జులుంగాకపోతే హేమ్టీఅయ్యా.

వెంక : హుజూర్, ఇదంతా సంఘంవాళ్ళ మాయ. రంకునేర్చిన అమ్మ బొంకకపోతే ఎట్లా?

(మస్తాన్ను సారా సీసా తీసుకరమ్మని దేశముఖ్ సైగజేస్తాడు)

జగ : (పట్వారీతో) అదేమిటయ్యా, వెంకట్రావుగారూ, సంఘంవాళ్ళ బద్మాషీ మన అమీన్సాబ్ గారికి తెలియకుండా ఉందా?

వెంక : వారికి తెలియక పోవడమేమిటి? అసలు నవాబుగారే పోవాలని వాళ్ళు మీటింగులు పెడుతూ ఉంటే.

అమీన్ : మీటింగు, హెక్డా?

వెంక : ఎక్కడేమిటి! రాత్రి ఈ ఊళ్ళోనే మీటింగు బెట్టారు.

అమీన్ : అరే. మాది ఇజాజత్ (పర్మిషన్) లేకుండా హెట్టా బెట్టారూ?

జగ : వాళ్ళపని ఇప్పుడు మీరు మేమూ కనబడేటట్టుందా?

వెంక : కనబడేటట్టుంటే అమీన్సాబ్ గారంతటి వాణ్ణి బట్టుకొని నిన్న మీటింగులో అలా ఎందుకు తిడతారు?

అమీన్ : హెమ్టీ? నాకి తిట్టారా?

(మస్తాన్ సారాసీసా తీసుకొచ్చి టేబుల్మీద ఉంచుతాడు)

జగ : (గ్లాసులో సారా పోస్తూ) ఒక్క తిట్టడమేనా! మిమ్మల్ని, మమ్మల్ని నాశనం జేసిందాకా వాళ్ళు నిద్రబోరట!

(గ్లాసు అమీన్ చేతికిస్తాడు)

అమీన్ : (గ్లాసు తీసుకుంటూ) అరె బద్మాష్. (ఒక్క గుక్క తాగి) మీకీ పటేల్కీ ఉండీ ఎంద్కు జర్గనిచ్చావ్ మీటింగ్?

మస్తాన్ : ఏం జేంస్తాం హుజూర్. మీటింగ్ ఆపమని దొరవారు పంపితే వెళ్ళాం. చూడండి ఏంజరిగిందో. (వీపు చూపెడతాడు)

అమీన్ : అరే బాప్రే! (గ్లాసు కింద బెడుతూ) హెవడూ ఆ సువ్వర్ నీకీ కొట్టింది.

వెంక : ఇంకెవరు గొడతారు! సంఘంవాళ్ళే. ఎంత ఘోరం చూడండి. ఆ దెబ్బలు చూడండి.

అమీన్ : హిక్డా హెంత జనం హుంది షంగంలో:

వెంక : మస్తాన్ బోటి బుద్ధిమంతులు ఎవళ్ళో పదిమంది దప్ప అంతా సంఘంలోనే చచ్చారనుకోండి.

అమీన్ : (సిగరెట్టు ముట్టిస్తూ) అరే? ఊర్‌కీ ఊర్‌హంతా షంగంలో చేరిందీ?

వెంక : రౌడీముండా కొడుకులంతా జేరి చంపుతాం పొడుస్తాం అని బెదిరిస్తే జడిసి ఈపిచ్చి మూకంతా జేరింది.

అమీన్ : హంతా జులం చేశార్గా.

వెంక : నేను చెప్పడమెందుకు. చూడండి. మీరే స్వయంగా చూడండి. (దస్త్రంవిప్పుతూ) పాపం ఆ గొల్లముండాకొడుకొచ్చి లబ్బున ఏడ్చాడు (యల్లమంద కాగితం తీసి అమీన్ చేతికిస్తాడు)

అమీన్ : (చదివి) అచ్ఛా బులావో. హెల్మందాకో, హిప్డే దర్యాఫ్త్ చేయ్‌వాలి.

జగ : మస్తాన్. ఊం వెళ్ళు. యల్లమందను బిల్చుకరా.

వెంక : మీబోటివారు పూనుకోవాలిగాని. ఈకుక్క గొడుగు సంఘాలెంతసేపు (చిటికేస్తూ): ఇట్టంటే ఎగిరిపోవూ!

అమీన్ : హంతా తేల్కాకాదూ పట్వారీసాబ్ ! హిప్డు హెక్డాజూసినా హిదేగొడ్యా, రోజురోజూ సచ్చీపోతందాం తిర్గాలేక.

జగ : ఇలాంటి వెధవల్ని పైకెక్కనిస్తే మీకూచిక్కే. మాకూచిక్కే. ఈ దెబ్బతో ఒక్కొక్కడి తల దిమ్ము వదిలించండి.

వెక : మన అమీన్ సాబ్‌గారికిదొక లెఖ్ఖా! పెద్ద పెద్ద కొమ్ములుదిరిగిన హెమా హెమీల్నె చితకగొట్టారు.

అమీన్ : హదీకాదయ్యా, హిదీ షంగంతో మాకీ పెద్దపేచీ వచ్చిందీ. మాదీ పోలీస్ మీదాకూడా సదర్ నాజంకీ షికాయత్ (కంప్లెయింట్) చేస్తండార్. పేపర్ నిండా మాకీ బద్‌నామ్ చేసి వేస్తండార్ హీళ్కీ జోళ్కీ పోతే మాకీ కష్టం తెచ్చీ పెడ్తార్.

జగ : ఈ పీనుగులు మిమ్మల్ని చేయగలిగిందేమిటి? గుడ్డికన్ను మూస్తే ఎంత. తెరిస్తే ఎంత? ఇదిగో మీ కట్నం మీరు తీసుకోండి. (జేబులోనుంచి నాలుగు వేల రూపాయల నోట్లు తీసిఇస్తూ) ఊం. కానియ్యండి, మీదెబ్బ కెదురేమిటి?

అమీన్ : వద్దూ, మారాజ్ వద్దూ, హిదీమాకీ పాణం మీద్కీ వస్తాది.

జగ : మీ ప్రాణంమీదకా! ఏడ్చారు. అందాకవస్తే ఇంకా మేం ఉండి ఎందుకు? నాలుగువేలు కాకపోతే పదివేలయితే మాత్రం ఈ సంఘాన్ని నాశనం చేయకుండా వదిలిపెడ్తానా?

వెంక : మా దొరవారు మాటంటే వెనక్కి తిరిగే మనిషా? మన సర్కారే పోయాక ఇంకా మనం ఉండి ఎందుకు?

జగ : అమీన్‌సాబ్, అందాకావస్తే మీ ప్రాణానికి నాప్రాణం. సందేహిస్తారేమిటి? ఊం తీసుకోండి (మరో నాలుగువేలు తీసిఇస్తాడు)

అమీన్ : అచ్ఛా, అసల్ సర్కార్కీ పోయేటట్టూవుంటే మన్కీ హుండి హెంద్యూ! (పైకం తీసుకొని జేబులో వేసుకుంటూ) చూస్తాన్ హీల్కీ తడాఖా ఈ హూళ్ళో హెంతామంది ముసల్మాన్ లుండార్?

వెంక : ఎందుకు లేరు. వాళ్ళూ ఇరవై కుటుంబాలవాళ్ళున్నారు.

అమీన్ : హోల్కీ మీకీ తరఫ్ హుండార్?

వెంక : లేరు సర్కార్. వాళ్ళుకూడా సంఘంలోనే చేరారు.

అమీన్ : అరే. హోల్కీ బుద్ధిలేదూ! కాఫిర్ (మహమ్మదీ యేతర) షంగంలో హెట్టాచేరార్. మాదీ నవాబ్కీ వద్లీపెట్టి.

(మస్తాన్ ప్రవేశం)

వెంక : వాళ్లందరికీ పెద్ద ఈమస్తాన్ తమ్ముడు సుభానేనండి.

అమీన్ : క్యారే. నీదితమ్ముడూ నీకీవద్లీ షంగంలోకీ పోయ్యాడ్?

మస్తాన్ : ఏంజేస్తాను సర్కార్. నెత్తిన నోరు బెట్టుకొని ఎన్నాళ్లు జెప్పినా వినందే.

అమీన్ : అరే నాలాయఖ్. సుభాన్‌కో బులావో. నాకీచెప్పీ చూస్తా. అచ్ఛా, హెల్మందా హేడీ?

మస్తాన్ : ఎక్కడికో చచ్చాడు. ఇంటిదగ్గర లేడండీ!

వెంక : సరే, నీవెళ్ళి ముందు సుభాన్‌ని దాదాసాయబుని పిల్చిరా. (మస్తాన్ అమీనుకు సలాంజేసి వెళ్ళిపోతాడు) సుభాన్‌ని తిప్పడానికి మేమూ ఎంతో ప్రయత్నించామండీ! కాని లాభం లేకపోయింది. అతను చాలా పెంకెమనిషి.

అమీన్ : మీకీ చేప్తే హెంద్యూ హింటాడ్ చూడు. హిప్డూ నాకీ పాంచ్‌మినిట్‌లో మార్చివేస్తాను.

(పోలీసు. మంగలి రాముడూ ప్రవేశం)

(అమీన్‌నుచూచి శాల్యూట్ జేసి పోలీసు అటెన్షన్ ఫోజులో నుంచుంటాడు)

వెంక : (పోలీసుతో) ఏం మీకు కావాలసిన సామగ్రిఅంతా దొరికిందా?

రాముడు : ముందు దబ్బియ్యందే రోమటాయన ఇయ్యనన్నడు దొరా.

జగ : (కోపంగా) ఆం ఏమిటి?

అమీన్ : (పోలీసుతో) క్యారే బేవఖూఫ్ హాడ్కీ జుట్టూ పట్టీ హిక్డా హీడ్చుకరాకా హిట్టా సచ్చావ్ బే.

పోలీసు : ఏంజేస్తాను హుజూర్? వాడీకి కుమ్మెక్కుగా బడితలు పుచ్చుకొని పదిమంది జనం వచ్చిపడ్డారు.

వెంక : చూశారా, చివరికి బఖాల్‌కూడా మీ పోలీసుకెదురు తిరిగాడు. ఇలా ఉంది వీళ్ళపని.

అమీన్ : పోవయ్యా, మీరు హాడ్కీ హల్వా ఇచ్చార్, లేకపోతే హాడ్కీ హింతా ఖలేజా.

పోలీస్ : (దేశముఖుతో) ఇయ్యకపోతే ఇయ్యకపోగా పైన ఎంతెంత మాటలన్నాడు.

జగ : అంటాడంటాడు. ఎందుకనడు? ఇవ్వాళవాడికి చావు మూడింది. అరే రాముడూ, ముందుపోలీసు లందరికీ దివాణంలోనే వంట చేయమని చెప్పు.

రాముడు : సిత్తందొరా, (వెళ్ళిపోతాడు).

వెంక : ఈ బఖాల్ ఎక్కడికిపోతాడో చూద్దాం, ఇంతకింత వీడిదగ్గర పదింతలు కక్కిస్తాం.

అమీన్ : హసల్ హిక్డా సంఘంపెద్దా హెవడూ?

జగ : ఉన్నాడులెండి, ఒక పచ్చిరౌడీ, వీరారెడ్డి.

అమీన్ : క్యా రెడ్డి? మీది రెడ్డీ మీకీ హెదుర్‌తిర్గాడ్ అరే! తోబా తోబా!

జగ : వాణ్ణి రెడ్డి అనడంకూడా సిగ్గుచేటు.

వెంక : ఈమధ్య మాదిగ కొంపల్లోకూడా కూడుతిన్నాడట దౌర్భాగ్యుడు!

అమీన్ : హెక్డాతింటే హేమ్టి, హదీ మన్కీ హెంద్కయ్యా, హాడ్కీ పిల్చీ రెండూ మంచిమాటల్‌సేసీ జేబ్‌లో పెట్కో .

వెంక : అతను అంతంతమాత్రానికి లొంగే పిండం కాదు లెండి.

అమీన్ : హేమ్టి సేతాగానీ మాటా సేస్తావయ్యా, హంత్కీ కాకపోతే పదీ హెకరాల్ హాడ్కీ హిస్తేసరీ, హేమీసేస్తాదయ్యా మీదీ మాటాహిన్కా హప్పట్కీ హిన్కాపోతే నాకీ హుండాన్. హాడ్కీ హుండాడ్.

వెంక : చిత్తం అలాగే తమరు సెలవిచ్చినట్టే చేస్తాం

జగ : ఎవడురా అక్కడ (రాముడు ప్రవేశం) అరేయ్. అమీన్ సాబ్‌గారు రమ్మంటున్నారని వీరారెడ్డిని పిల్చిరా.

రాముడు : సిత్తం దొరా (వెళ్లిపోతాడు)

(మరోవైపునుంచి మస్తాన్ ప్రవేశం)

జగ : ఏం వచ్చారా?

మస్తాన్ : వచ్చారు మహరాజ్!

వెంక : లోపలికి రమ్మను (మస్తాన్ బైటికి వెళతాడు)– (అమీన్‌తో) మేంకూడా ఉండడం మంచిది కాదనుకుంటాను.

జగ : వెళతాం. వాళ్ళతో మీరొక్కరే మాట్లాడండి.

అమీన్ : అచ్ఛా! అచ్ఛా!

(జగన్నాథరెడ్డి, వెంకట్రావులు వెళ్ళిపోతారు. అమీన్ సిగరెట్టు ముట్టించి పీలుస్తూ ఉంటాడు. మస్తాన్‌తోబాటు దాదా సుభానుల ప్రవేశం)

అమీన్ : (బెంచ్ చూపిస్తూ) ఆవ్ భాయీ ఆవ్, బైఠో.

దాదా : ఎందుకులెండి ఇక్కడే నుంచుంటాం.

అమీన్ : అరే మీకీ మాకీ తేడా హేమ్టీ మంది మతంలో హంతా హొక్టే. బైఠో.

దాదా : ఎట్టాగైనా మీరు మహరాజులు. మాదేముందిలెండి బిక్కా పకీర్లం.

సుభాన్ : ఇంతవరకెప్పుడూ ఇక్కడ కూర్చొని ఎరగం. కొత్తగా ఇవ్వాళెందుకు లెండి. మమ్ముల్ని పిలిపించారట ఎందుకు?

అమీన్ : మీకీకూడా షంగంలో చేరార్గాదూ?

సుభాన్ : ఆం చేరాం.

అమీన్ : అరే! మీకీ కాఫిర్లా (హిందూ) షంగంలో సేరార్! నాకీ హెక్డాచూడలా. హిదిహేమ్టీ భాయీ, క్యా దాదా. నీకీకూడా షంగంలో చేరావ్?

మస్తాన్ : ఏదో తెలవక చేరారు లెండి.

సుభాన్ : తెలిసేచేరాం. ఇది కాఫిర్ల సంఘంకాదు. బీదోళ్ళ సంఘం.

అమీన్ : బీదోళ్ళాషంగం! (వెకిలినవ్వు నవ్వి) అరే దీవానా నీకీ హేమ్టీతెల్సు. హిందువుల్కీ చేసే కిలాడి.

దాదా : ఇక్కడ అదంతా ఏమీ లేదులెండి! అంతా కలిసే ఉంటాం.

సుభాన్ : ఇందులో హిందువులు చేసే కిలాడి ఏముంది?

అమీన్ : కిలాడీ గాకపోతే హేమ్టీ. మన ఆసఫ్ జాహి సర్కార్‌కీ బోల్తా కొట్టించే హంద్కూ హాళ్కీ షంగం పెట్టార్. మీరూపోయి బరాబర్ హాళ్కీ ధోఖాలో బడ్డార్.

సుభాన్ : పైనుంచి అజంజాహీ సర్కారో. అంగ్రేజ్ సర్కారో మా కంటికి కనపడేది మాత్రం యీ దేశముఖు సర్కారే.

అమీన్ : అరే, ఈ దేశముఖుదీ హేమ్టీ హుందోయ్? హిళ్ళా హందర్కీపైనా మందీ నవాబ్ హుండాడ్ హీళ్ళూహంతా హోయనా హెట్టాసెప్తే హట్టాసేయ్‌వాలి.

దాదా : అయితే ఈ జరిగే జులుం అంతా ఆయనగారే చేయమన్నాడా ఏమిటండీ?

సుభాన్ : అవును. ఇదంతా ఆయనగారి చలవే.

అమీన్ : అరే హేమ్టీ హట్టా అంటావ్. మందీ నవాబ్ లేకాపోతే నీకీ హెక్డా హుండేవాడివ్.

సుభాన్ : ఎక్కడుంటాం? ఇక్కడే ఉంటాం. ఈయన ఉండి మాకొరిగించిందేముంది? ఈయన లేకపోతే మాకు పోయేదేముంది? గోచికి మించిన దరిద్రమేమిటి?

అమీన్ : అరే! మందీ రాజ్యం రాజ్యం చేసేజాతి. హేమ్టీ బానిసామాటా సేస్తావ్.

దాదా : ఏమి రాజ్యమో? ఏమిరాజులమో?

సుభాన్ : రాజులం! (చినిగిన చొక్కా చూపిస్తూ) కనపడతానే ఉందికా దాదా. మనరాజుల దర్జా!

అమీన్ : క్యారే? నీకీ మతం మట్టీ లేదూ హేమ్టి?

మస్తాన్ : కాఫిర్ల దోస్తీబట్టి తిరిగేవాడికి ఇంకా మతమేమిటి? మట్టేమిటి?

దాదా : గుడ్డొచ్చి పిల్లనెక్కిరించినట్టు నీవుకూడా మాకు వంకబెట్టబోతున్నావా? నీ జీవితంలో అసలెప్పుడన్నా నీవు నమాజ్ జేసి ఎరుగుదువ్?

సుభాన్ : (నవ్వుతూ) ఆయన జేకపోవడమేం దాదా? నీవు రోజు కయిదుసార్లు అల్లాకి సలాంజేస్తే ఆయన రోజుకి యాభైసార్లు సలాం కొడతాడు.

దాదా : ఎవరికి?

సుభాన్ : ఎవరికా? దేశముఖు జగన్నాధరెడ్డిగారికి

అమీన్ : క్యారే గంవార్, నీకీ మర్యాదా, మంచి హేమీలేదు.

సుభాన్ : పేదముండా కొడుకులకి మాకీమార్యాద లెందుకు లెండి. కడుపులోకి కాస్త మేతబడితేచాలు.

అమీన్ : ఏయ్ సుభాన్ నీదీ మంచికోరి చెప్తన్నా హిన్కో మీకి షంగం కావాలంటే మందీ వేరే షంగం హుంది. హందులో మీకీచేర్తే మంచీ హుండాది.

దాదా : ఏమిటి బాబూ ఆ సంగం?

అమీన్ : మజలిసే ఇత్తిహదుల్ ముసల్మీన్.

దాదా : ఎక్కడుంది అది? మేమెప్పుడూ దాని పేరన్నా వినలేదే!

సుభాన్ : ఉందిలే దాదా ఒకటి, జాగీర్దార్ల సంఘం.

అమీన్ : ఆరే జాగీర్దార్ హెమ్టీ నౌకర్హేమి, మందీ ముసల్మాన్లంతా హందులో కల్వావచ్చు.

సుభాన్ : దేనికి? జాగీర్‌దార్ల నౌకరీ చేయడానికా? ఇప్పటికీ దేశముఖులతోనే చచ్చిపోతున్నాం. ఇంకా జాగీర్‌దార్ల కొలువెందుకు లెండి?

అమీన్ : మన్కీ ముసల్మానుల్కీ హిట్టా హుండాం కాబట్టే, బీహార్‌లో హిందువుల్ మన్కీ సఫా సఫా జేస్తుండార్.

సుభాన్ : బెంగాల్లో మనవాళ్లూ చేసిందదేగా? బీహార్‌లో బెంగాల్లో పంజాబ్‌లో ఎక్కడ చచ్చినా చివరికి మాబోటి పేదోళ్ళేగా,

అమీన్ : హయితే హింత్కీ మీరు ఆ కాఫిర్లా షంగంలోనే హుంటార్?

సుభాన్ : కాపిర్ల మీద నిజంగా మీకంత కోపమే ఉంటే ఈ దేశముఖు ఇంట్లో ఎందుకు మకాం బెట్టారండి! ఆయన మట్టుకు కాఫిర్ గాడా? ముసల్మానా?

అమీన్ : (కోపంతో బల్లగుద్ది కండ్లురుముతూ) అరేగదా (గాడిదా) నీకీ ఫకీర్కీ హుండావ్. ఆయన్కీ మహరాజ్‌కీ వంకా బెట్టావ్.

సుభాన్ : చూస్తున్నావా దాదా. మతమేదయితే ఏం. చివరికి ఫకీర్లు ఫకీర్లే. దొరలు దొరలే.

దాదా : పద! ఇక్కడికొచ్చి పైగా మాటలు పడడం ఎందుకు?

(ఇద్దరూ వెళ్ళబోతారు)

అమీన్ : (లేచి) ఏయ్ బూఢా, ముసల్మాన్‌కీ పుట్కా పుట్టార్ గాబట్టీ మీకీవద్లీపెట్తుండా. హిప్పట్కే హయినా బుద్ధీగల్గీ బత్కండి. మళ్ళీ మళ్ళీ చెప్తుండా.

(దాదా సుభానులు వెళ్ళిపోతారు. అమీన్ మళ్ళీ ఒకడోసువేస్తూ ఉంటాడు.)

మస్తాన్ : అసలు చేసిందతా ఈ ముసలాడే, చూడండి పైకి ఎంత పిల్లిలాగా కనబడతాడో!

అమీన్ : హెూక్టీ దెబ్బకీ హంతా వదుల్తాది. హీడ్కీ గోరీ కట్టిచ్చాపోతే చూడు నాదీ దెబ్బ!

(దేశముఖ్ పట్వారీల ప్రవేశం)

దేశ : క్యా అమీన్‌సాబ్, దారికొచ్చారా?

అమీన్ : హళ్కి షంగంపిచ్చీ బాగా తల్కీపట్టింది. ఖాలీ మాటల్కీ సేస్తే హింటార్?

జగ : ఇవ్వాళ మాటలతో వినకపోతే రేపు లాఠీలతో వింటారు. సరే, మీరువచ్చి చాలాసేపయింది. కొంచెం విశ్రాంతి తీసుకోండి; (రాముడువచ్చి నుంచుంటాడు) ఆ వచ్చే వాడి వ్యవహారం నేను చూస్తాను.

అమీన్ : అచ్ఛా అచ్ఛా నాకీ హెళ్ళి జరా ఆరాంసేస్తా మీది మాటా హిన్కాపోతే నాకి ఖబర్ చెయ్.

(మస్తాన్ దారి జూపుతూ ఉంటాడు. అమీన్ వెళ్ళిపోతాడు.)

వెంక : ఏం రా! అతను వచ్చాడా?

రాముడు : ఆం వచ్చిన్రు అయ్యగారూ:

వెంక : సరే, తీసుకరా (దేశముఖ్ కుర్చీమీద, వెంకట్రావ్ బల్లమీద కూర్చుంటూ ఉంటారు.)

(రాముడు వెళ్ళి మళ్ళీ వీరారెడ్డితో ప్రవేశిస్తాడు)

జగ : అరే రాముడూ వెళ్లు, నీవు నీపని జూసుకో.

(దణ్ణంబెట్టి రాముడు వెళ్ళిపోతాడు)

జగ : (నవ్వుమొఖంతో లేచి వీరారెడ్డి దగ్గిరకెళ్ళి, ఏమిటోయ్ వీరారెడ్డీ! ఈమధ్య నీకేదో ఉద్యోగం దొరికిందని విన్నానే నిజమేనా?

వీరా : నాకా! ఉద్యోగం? అసలు నేనెప్పుడూ ప్రయత్నించలేదే.

జగ : అలాగా: (పట్వారీ వైపుజూచి) ఏమిటయ్యా అలా అన్నావ్!

వెంక : ఈమధ్య ఏదో ఆఫీసులో ఉన్నాడని మావాడన్నాడు లెండి.

వీరా : అవును. ఈమధ్య కొన్నాళ్లు తాలూకా ఆంధ్రసంఘం ఆఫీసులో ఉన్నాను. కాని అదేమీ ఉద్యోగం కాదే!

వెంక : (నవ్వుతూ) ఇంకేం! దాన్నిబట్టే మావాడలా అనుకున్నాడేమో లెండి.

జగ : ఎక్కడో తాలూకాలో బోయి పడిఉండడం ఎందుకోయ్ వీరారెడ్డీ, కావాలంటే నేనివ్వనూ నీకిక్కడ ఉద్యోగం!

వీరా : నాకెందుకు ! అసలు నేను ఉద్యోగం చేయదల్చుకో లేదు.

జగ : అది మంచిదే కాని, అసలు మనకులంలో చదువుకున్న వాళ్ళే తక్కువ. చదువుకున్న నీబోటోళ్ళు ఒకళ్ళూ, అరా, ఇలాగే అనుకుంటే ఇంకా మనవాళ్లు ఎలా పైకి వస్తారు?

వెంక : ఏమిటయ్యా, తెలిసినవాడివి నీవుకూడా అలా మాట్లాడతావ్? ఎన్నాళ్ళు తంటాలు పడతావ్ ఆ నాలుగెకరాలతో.

వీరా : ఏదో మా అవస్థ మేం పడతాం లెండి!

జగ : (వీరారెడ్డి భజంమీద చరుస్తూ) ఉద్యోగం లేకపోతే నీవేదో ఒకవిధంగా బ్రతకలేవనికాదు నేను చెప్పేది నేనా ఒక్కణ్ణి. వ్యవహారాలేమో రోజురోజుకీ పెరిగిపోతున్నాయి ఎన్నని సర్దుకోను?

వీరా : అయితే నన్నేం చేయమంటారు?

జగ : మనలో చదువుకున్నవాడివి నీవుండగా నా కెందుకీ భారమంతా, పోనీ, పటేల్‌గిరీ తీసుకో. నీ ఇష్టంవచ్చినట్టే గ్రామాన్ని నడుపు. నేనేదో చేస్తున్నానని మీరంతా అనుకోవడం మెందుకు?

వెంక : ఏమిటయ్యా పిచ్చోడా ఇంకా ఆలోచిస్తావు కొండంత అండ దొరికింది, అదృష్టనంతుడివి. ఎద్దుముద్దు పోడుచుకునే రాత నీకేం పట్టింది.

వీరా : పటేలంటే ఏమిటో నాకు తెలుసులెండి. నాకేం అక్కర్లేదీ ఉద్యోగం.

జగ : సరే, నాచేతనైన సహాయమేదో చేస్తానన్నాను. తర్వాత నీయిష్టం.

వెంక : ఏమిటయ్యా వీరారెడ్డీ నీమీద ఇంత అభిమానంగా ఉన్న దొరవారికి వ్యతిరేకంగా నీవు పనిచేయడమంటే, నాకేం బాగుండల.

వీరా : ఎందుకండి బాబు నామీద మీకంత అభిమానం?

వెంక : ఎలాగైనా దొరవారి కులస్థుడివి.

వీరా : కులంఅంటే నేనొకణ్ణే కాదుగా. ఊళ్ళో మూడు వంతులు రెడ్లే

వెంక : కాబట్టే చెప్పుతున్నాను. రెడ్లే మనరెడ్డి దొరవారికి వ్యతిరేకంగా పనిచేయడం ఏం సబబు?

వీరా : పండ్లూడ గొట్టుకోవడానికి ఏ రాయి అయితే ఏముందండీ వెంకట్రావు గారూ?

వెంక : శివశివా! చల్లని ప్రభువు నెంతమాటన్నావయ్యా, అదిగోచూడు! ఆ ఎదురుగా ఉన్న రామమందిరం కట్టించింది దొరవారుకదూ! అలాంటి పుణ్యాత్ముణ్ణి...

వీరా : అవును. గొప్పపని చేశారు, అరక్కి పాతిక రూపాయల చొప్పున వసూలు జేసి కట్టించారు. ఎడ్లతో బండ్లతో నానా అవస్థలుపడి రాయిారప్ప తోలింది మేము. చివరకు పేరుమాత్రం దొరగారిది.

(దేశముఖు వీరారెడ్డివైపు గుడ్లు మిటకరిస్తూ ఉంటాడు)

వెంక : చాల్లేవయ్యా, బయల్దేరావ్ ఈనాటి పెద్ద దేశభక్తుడివి. నీమాత్రం దేశభక్తి అందరికీ ఉంది. (కట్టుపంచ చూపుతూ) మిల్లుబట్ట మానేసి ఆరుమాసాలనుంచీ నేనూ ఖద్దరు కడుతున్నాను, ఏమిటనుకున్నావో?

వీరా : అబ్బ! గొప్ప త్యాగమే చేశారు!

జగ : చేసినా మేమే చెయ్యాలి. నీవేం చేస్తావోయ్, సన్యాసి సన్యాసి రాసుకుంటే బూడిదే రాలేది.

వెంక : అంతే? మొన్న కస్తూరీబా ఫండుకి డబ్బుగావలసివస్తే దొరవారు నాలుగువేల రూపాయలిచ్చారు. నీవేం ఇచ్చావ్?

వీరా : అవును. మీలాగా ఆవుల్ని జంపి చెప్పులు దానం చేసే ప్రభువులు చాలామంది ఉన్నారు, కాంగ్రెసు పేరు నాశనం చేయడానికి. ఇంకేం మీరుకూడా కాంగ్రెసులో కలవక పోయారా?

వెంక : అవును. మేమూ కాంగ్రెసే. మొన్న నరసింగరావు గారు రామకృష్ణారావుగారు వచ్చినప్పుడు ఎక్కడ మకాం జేశారు. మా దివాణంలోనా? మీ గుడిసెల్లోనా?

వీరా : ఎందుకు మకాం జేయరు? అందులో ఒకరు దేశముఖులు, మరొకరు జాగీర్దారు.

వెంక : ఏమయితే, నీవు వారికంటె గొప్ప దేశభక్తుడవా?

వీరా : నేనేం దేశభక్తుణ్ణిలెండి. మీ బోటి దేశముఖులు, పట్వారీల, పంచజేరిన ఆ పెద్దమనుషులే దేశభక్తులు. అలాంటి దేశభక్తుల చేతులతో కాంగ్రెసు తీర్థం బుచ్చుకున్న మీరు అంతకంటె గొప్ప దేశభక్తులు.

వెంక : నీకుతోడు వాళ్ళకు వంక బెట్టపోయావ్. అసలు గాంధీగారు చెప్పిందేమిటి? నీవు చేసే దేమిటి?

వీరా : అదేమిటో తమరే సెలవివ్వండి.

వెంక : అసలు ఆమహాత్ముడేమన్నాడు. రైతులకు దేశముఖులు, జమీందార్లు, ధర్మకర్తలుగా ఉండాలన్నాడు. నీవెక్కడో నాలుగు గాలికూతలు నేర్చుకొని అసలు దేశముఖులే పోవాలన్నావటగా నిన్న మీటింగులో.

వీరా : హ్హాం రైతులకు దేశముఖులు ధర్మకర్తలు! మేకలకు తోడేళ్ళు కాపలా అన్నమాట.

(అమీన్‌ని పిలవమని దేశముఖు మస్తాన్‌కి సైగ జేస్తాడు)

జగ : ఆ లుచ్చాతో ఎందుకోయ్ కంఠశోష. చెప్పుతినే కుక్కకు నెయ్యికూడు ఇముడుతుందా?

వీరా : ఇదినెయ్యికూడుకాదు. విషపుకూడు ఇలాంటి ఆశలు బెట్టే ఇది వరకు కొంతమందిని బోల్తాకొట్టించారు. కాని ఇక ఆమంత్రం అందరిమీదా పారదు. మీపని మీరు జేసుకొండి. మాపనిమేం జేసుకుంటాం.

(వెళ్ళబోతాడు)

(అమీన్ ప్రవేశం)

జగ : అమీన్‌సాబ్ (వీరారెడ్డిని అరెస్టుజేయమని సైగ జేస్తాడు)

అమీన్ : ఏయ్, ఠైరో

(వీరారెడ్డి నుంచుంటాడు)

(వీరారెడ్డి దగ్గిర కెళ్ళి, గిరిఫ్తార్.

(పోలీసులు వీరారెడ్డి చెరొకచెయ్యి పట్టుకుంటారు)

(తెరబడుతుంది)

* * *

5

వీరారెడ్డి ఇల్లు

(సీతమ్మ నాయకుల ఫోటోలుతీసి తుడుస్తూ, సామాన్లు సర్దుతూ పాడుతూ ఉంటుంది.)

గీతము పాడగదే - ధాటిగ
గీతము పాడగదే - ॥గీతము॥
(గాంధీజీ ఫోటో చూచి)
దున్నేవారికే అన్నిహక్కులని
దోచేవాడికి దోహదమీనని
పలికిన పలుకులు నిలుపుకొనాలని ॥గీతము॥
(నెహ్రూ ఫోటో చూచి)
తిండినిదోచే దుండగులందరి
గుండెలచీల్చే కుత్తుకనులిమే
తరుణమిదే గద త్వరపడవేమని ॥గీతము॥
(ఆంధ్రమహాసభా నాయకుని ఫోటోచూచి)
రాక్షసి మూకల రక్తపిపాసుల
నురుమాడుటకై పరుగున రండని
పిలిచిన పిలుపునువిని కదిలామని ॥గీతము॥

(కమల ప్రక్కనుండి వింటూ పాట పూర్తి అవుతూ ఉండగా ప్రవేశిస్తుంది. దాదా సుభానులుకూడా బైటినుంచి ప్రవేశిస్తారు)

దాదా : (నవ్వుతూ)మమ్మాయి అప్పుడే సంఘం పాటలు కూడా నేర్చుకుందే!

సుభాన్ : కమలమ్మ ఇంట్లో ఉండగా ఇంకా పాటలకేం తక్కువ?

కమల : (చిరునవ్వుతో) మా వదినకు నేను నేర్పేదేముంది? అన్నయ్యే నేర్పాడు.

దాదా : అవునులే! మమ్మాయికి అన్నయ్య నేర్పాడు. రేపు వచ్చే మా మనమడికి నీవు నేర్పు.

సీత : ఈమె ఆయనకేం నేర్పక్కరలేదులే! ఆ అబ్బాయి కూడా సంగం పెద్దేగా!

దాదా : ఇంకేం? చిక్కులేదు ఇద్దరూ చెరొక జెండా ఏసుకొని ఊళ్లెమ్మట తిరగొచ్చు.

(కమల సిగ్గుతో తలవంచుకుంటుంది. సీతమ్మ నవ్వుతుంది.)

సుభాన్ : (సీతమ్మతో) ఏం వదినా అన్నయ్యేడీ. ఎక్కడికెళ్ళాడు?

సీత : మీకు కన్పడలా? మీ వెనకమాలే వచ్చారుగా!

దాదా : ఎక్కడికి? గడీకా?

సుభాన్ : అక్కడకొస్తే మాకు కన్పడాలిసిందేగా!

కమల : రాముడొచ్చి అమీన్ రమ్మన్నాడని పిల్చాడు. మీరుకూడా గడీకే వెళ్ళారని తెలిసి అన్నయ్యకూడా అక్కడికే వచ్చాడు.

దాదా : అట్టాగా. అయితే ఆయనేదారిన ఎళ్ళాడో మేం ఏదారిన వచ్చామో!

సుభాన్ : రానియ్. ఆయన దగ్గిరేం నాటకం ఆడుతున్నాడో అదీ తెలుసుకుందాం.

కమల : ఏమిటా నాటకం?

దాదా : ఏముంది ఏదో ఒకవిధంగా మమ్ముల్ని బుట్టలో వేసుకోవాలని చూశాడు.

కమల : మిమ్ముల్నే బుట్టలో వేసుకోవాలని చూశాడుగా? ఏమన్నాడేంటి?

సుభాన్ : ఏమంటాడు! మీరంతా హిందువులంట. మేం సాయిబులమంట. నవాబుకు వ్యతిరేకంగా సాయిబులు పనిచేయడం తప్పంట! పాపమంట!

కమల : ఆయనకేం నవాబు! కొన్ని కోట్ల రూపాయలున్నాయి. మరి మీకెన్ని కోట్లున్నాయి?

దాదా : లేకేం. నాకూ ఉన్నాయి చినిగిపోయిన రెండు పాతకోట్లు.

సుభాన్ : ఎక్కడివి. నీ పెండ్లికి కుట్టించినయ్యా?

దాదా : (నవ్వుతూ) అబ్బో! నా పెండ్లికి తోడు రెండుకోట్లు కూడానా? అందులో ఒకటి మా అయ్యది.

(అందరూ నవ్వుతూ ఉంటారు. రామిరెడ్డి యల్లమందల ప్రవేశం)

యల్ల . (వస్తూనే) నాయాళ్ళు! యల్లమందంటే ఏందో అల్లాటప్ప అనుకున్నారు!

దాదా : ఏం మాజోరుగా ఉంది? వేశావా ఏంటి రెండు ముంతలు?

యల్ల : ఏంది కల్లా? కల్లు! సంగం పొత్తకంలో యేలద్దిన్నాడే ముంత పగలనూకినా, ఏందనుకున్నావో!

దాదా : అయితే ఇవ్వాళ మస్తాన్ ఏమన్నా నీచేతికి చిక్కాడా ఏంటి?

యల్ల : మత్తానయ్యే చిక్కినట్టయితే అబ్బా! టుర్ర్, కీ....
(అందరూ నవ్వుతారు)

రామి : తస్సదియ్య! ఇయ్యాల యల్లమంద వంకరకర్ర తిరగేసి నాసామిరంగా దంచోదంచు!

సుభాన్ : ఎవర్ని? ఏమిటి?

సీత : ఏమిటి రామయ్యా! అసలెవర్ని కొట్టింది?

యల్ల : ఎవర్నేంది? లౌడీసుని.

దాదా : ఎందుకు? ఏం జరిగింది?

రామి : నాకసలు నిద్రబట్టిందా, నాగిత్త బోయిన కాడనుంచి. దివాణపుగొడ్లన్నీ చెరువు కెట్టాగూ రావాలిగా! మనాళ్ళందర్నీ తీసికెళ్ళి ఇయ్యాల కాపలాగాశా. ఎక్కడికి పోతంది దొరక్క . దాని అబ్బగాడికి బాకా? నీళ్ళు తాగుతూ ఉండగా పోయిగిత్తని పట్టుకున్నా.

సీత : వాళ్లు చూస్తూ ఊరుకున్నారా?

రామి : ఆళ్ళెవళ్లు అక్కయ్యా! ఆడి పాలేళ్లంతా మన సంగంలోనే ఉంది!

యల్ల : పెద్ద మొగోళ్లులాగా ఎవళ్ళో ఇద్దరు రౌడీనాయాళ్ళు వచ్చారు. జుట్టెగ రేసుకుంటా.

సుభాన్ : (నవ్వుతూ) అదాసంగతి! ఆళ్ళిద్దరిపనీ నీవుబట్టావన్న మాట.

కమల : భలే పనిజేశావ్ యల్లమందా, సరే కూచో (యల్లమంద లోపలికెళతాడు)

రామి : మనదేముంది సుభాన్. అసలు గూడెంవెళ్ళాలి కనపడాలి. ఏం కట్టుగా ఉంది! చెరువుదగ్గిర కాస్తి గల్లంతు జరిగేటప్పటికి గుతపలు (లాఠీలు) తీసుకొని గూడెం అంతా కదిలివచ్చిందనుకో మనతరపున.

సుభాన్ : అవును మరి. ఈ దేశముఖు గూడాన్ని బెట్టిన తిప్పలిన్నా, అన్నా, నిలువునావాళ్ళ ప్రాణాలు తోడాడనుకో. దేశముఖుని ఇవ్వాళ గూడెంలో అడుగు బెట్టమను. కనపడుతుంది వాడిబతుకు.

దాదా : నిజమే, వాళ్ళుకూడా మనతో పాటు చావుకీ బతుక్కీ తయారయ్యారు. కాని గింజలు దొరక్క పాపం వాళ్ళు చాలా ఇబ్బంది పడతన్నారంట.

కమల : పాపం. వాళ్ళు అలా ఇబ్బంది పడుతూఉంటే మనం మాత్రం చూస్తూ ఎలా ఊరుకుంటాం. మన చేతనైన సహాయమేదో చేయాలిగాని.

సీత : మనకున్న దాంట్లోనే కాసిని వాళ్ళకిచ్చి కాసుక తాగమందాం. గానుగలోదే గంటెడు: ఏం జేస్తాం?

దాదా : అంతేలే అమ్మా. తర్వాత తిప్పలేమన్నాగానీ
(యల్లమంద పలక తీసుకొచ్చి రొండున ఉన్న చెకుముకి సంచి తీసి అందులోనుంచి బలపం తీస్తూ ఉంటాడు)

రామి : అదేమిటోయ్ యల్లమందా, నీకు పలకెందుకు?

యల్ల : అచ్చరాలు రాపిచ్చుకోవాలి అమ్మాయిసేత.
(కమలచేతికి పలక, బలపం ఇస్తాడు)

దాదా : (ఆశ్చర్యంగా) ఓరి నీ దుంపదెగ! ఇప్పుడేం చదువోయ్ నలభైఏళ్ళు వచ్చాక?

యల్ల : ఓయ్, చదువుకోకపోతే ఎట్టా! మనసంగంవారు వేసే కాగితాలు చదువుకోవద్దా మరి:
(అంతా నవ్వుతారు)

రామి : తస్సదియ్య! అట్టా ఉండాలి పట్టుదలంటే!

సీత : చదువేమిటి! పాటలుకూడా నేర్చుకుంటున్నాడుగా అమ్మాయి దగ్గిర!

దాదా : ఓరి నీయేటుగాల! మా అందరికంటే నీవే మొరుగే! ఏది ఒక పాటపాడు.

యల్ల : వాయ్, పాటలు నాకేంవత్తయ్.

రామి : ఈ వేషాలన్నీ కుదరవులేవోయ్. మా అక్కయ్య అబద్దం ఆడకేం! ఊం పాడవోయ్ పాడు (అంటూ చేయిబట్టి లాగుతూ ఉంటాడు.)

సీత : నామాట అబద్ధమయితే పంతులమ్మగా రెదటే ఉందిగా అడగండి.
(కమల నవ్వుతుంది)

సుభాన్ : సంఘంపాటలు నేర్చుకుంది దాచుకోటానికా యేం? పాడవోయ్. మనకు భయమేమిటి?

యల్ల : పాట లెందుకయింది నాకువచ్చింది. సుద్దులైతేను.

రామి : సుద్దులైతే మరీమంచిది. తప్పకుండా పాడాలిసిందే:

కమల : ఇక తప్పదులే పాడు యల్లమందా.

యల్ల : ఒకణ్ణి ఎట్ట బాడను? 'ఆం' కొట్టేవాళ్లుండొద్దా.

రామి : నేనూ సుభాన్ ఆంకొడతాంలే కానియ్, రా సుభాన్. (సుభాన్ రామిరెడ్డి

యల్లమందకు చెరొక ప్రక్కన నుంచుంటారు. చెవికి చేయి అనించి యల్లమంద 'ఆం' అంటూ (శ్రుతిగలుపుతాడు)

యల్ల : ఏందయ్యా. 'ఆం' కొట్టకుండా ఇకిలిత్తారేం?

సుభాన్ : రామి : సరే కానియ్. (ఇద్దరూ 'ఆం' అంటూ అతని శ్రతిలో గలుపుతారు.)

యల్ల : ----సుద్దులు----

హరి హరి నారాయణ ఆదినారాయణ
కరుణించి మమ్మేలు కమలలోచనుడ ॥
గొఱ్ఱెల గోత్రాలు గొల్లల కెరుక
గొల్లల గోత్రాలు గొఱ్ఱెల కెరుక
గొఱ్ఱె గొల్లల గోత్రాలు తోడేళ్ళ కెరుకో ॥
పటేళ్ళ గోత్రాలు అమీన్ల కెరుక
అమీన్ల గోత్రాలు పటేళ్ళ కెరుక
అమీను పటేళ్ళ గోత్రాలు
గ్రామస్థుల కెరుకో॥
దేశముఖుల గోత్రాలు జాగీర్దార్ల కెరుక
జాగీర్దార్ల గోత్రాలు దేశముఖుల కెరుక
దేశముఖ్ జాగీర్దార్ల గోత్రాలు
ఆంధ్రమాసబకెరుకో
నైజాము గోత్రాలు కుంపినోళ్ళ కెరుక
కుంపినోళ్ళ గోత్రాలు నైజాము కెరుక
నైజాము కుంపినోళ్ళ గోత్రాలు
మా సంగం వారి కెరుకో

(సంతోషంగా అందరూ చప్పట్లు కొడతారు)

దాదా : షెబాస్! బలేగా పాడావ్ యల్లమందా.

కమల : మరేమిటనుకున్నారు యల్లమందంటే! చూడండి. పదిరోజుల్లో మన సంఘం పేపరే చదివేస్తాడు.

(యల్లమంద నవ్వుతూ గొంగలి కిందేసుకొని కూర్చొని అక్షరాలు దిద్దుకుంటూ ఉంటాడు.)

దాదా : మరచిపొయ్యాను. అసలియ్యాల మన సంగం పేపరొచ్చిందా?

రామి : రాకపోవడమేమిటి? నేనేగా రాత్రి తెచ్చింది!

సీత : దీపంబెట్టుకొని రాత్రి నడిజాందాకా చదువుతానే ఉంది అమ్మాయి.

దాదా : ఇయ్యాళ. సంగతులేందో చెప్పలేదే అమ్మాయి.

సీత : కుంపిణీనుంచి ఎవళ్ళో మనదేశం చూట్టానిరొస్తే వారి మీద రూడా తుపాకులు కాల్చారంట! వీళ్ళ చేతులిరగ!

దాదా : ఎవళ్ళు? బందరునుంచి వచ్చిన ఆ పెద్దమనుషుల మీదనా ఆ సంగతి మనకిదివరకే తెలిసిందిగా.

రామి : కుంపిణీనుంచి వాళ్ళసలిక్కడి కెందు కొచ్చారు సుభాన్?

సుభాన్ : మన కష్టసుఖాలు తెలుసుకోవడానికే.

యల్ల : మన కట్టసుకాలు తెలుసుకోని కుంపిణీలో వాళ్ళేం జేత్తారేంటి?

సుభాన్ : కుంపిణీలో వాళ్ళంటే ఎవళ్ళు; వాళ్ళూ మన తెలుగోళ్ళేగా. మనం కష్టపడుతూ ఉంటే మనోళ్ళు చూస్తూ ఊరుకుంటారా యేమిటి? ఇక్కడ జరిగే సంగతులన్నీ కండ్లారచూసి అక్కడికెళ్ళి మనాళ్ళందరికి చెప్పుదాం అని వచ్చారు.

యల్ల : అదిగదీ సంగతి! మళ్లీ ఇంటికెల్లినాక ఈడ జరిగే అన్నేయమంతా మనాళ్ళకు జేప్తారుగా. అందుగనే అసలు ఆళ్ళను జంపేత్తే ఏపీడా లేదనుకున్నారు. దొంగనాయాళ్ళు.

దాదా : ఇదంతా చేయించింది ఆ ప్రతాపరెడ్డేగా.

కమ : అవును ఆ దుర్మార్గుడే.

రామి : ఎవడు? ఆ లక్షముప్పైవేల ఎకరమోడా?

సుభాన్ : వాడే ఊళ్ళకూళ్ళు లేవగొట్టి తోటేసుకున్నాడే.

యల్ల : తల్లి సిగదరగ! తోటంటే తోటా! ఒకసారి దారి పయాణం బోతా, తోటకీదరిని సద్దిదాగి బయల్దేరితే మళ్ళీ ఆదరికెల్లేటప్పటికి ఏనుగూకిందంటే నమ్ము.

కమల : నిజమే అలాంటి పెద్దతోట మొత్తం మన భారత దేశంలోనే లేదంట!

సుభాన్ : వాడిముల్లేం బోయింది ఎంతతోటైనా వేయిస్తాడు. చుట్టుపక్కల ఊళ్ళవాళ్ళందరిచేత వెట్టి జేయించి.

కమల : వేయించి నన్నాళ్ళు వేయించాడు. ఇక ఆపప్పులేమీ ఉడకవ్. ఆ ఊళ్ళన్నీ ఇప్పుడు సంఘంలో జేరాయి.

యల్ల : (హుషారుగా చంకలు గొడుతూ) చేరినయ్! ఇక కూసోని ఏడవమను.

సీత : సంగంలో జేరినందుకు మన్ని వీడే ఇన్ని ఇబ్బందులు పెడతన్నాడు. ఇక వాడెన్ని చెరలు పెడతన్నాడో వాళ్ళని.

సుభాన్ : ఎందుకు బెట్టడు.పోలీసుల్ని తీసుకోచ్చాడు. పట్టపగలే కొంపలు దోయిస్తున్నాడు. ఆడోళ్ళ పరువు దీయిస్తున్నాడు. వాడు చేయగలిగిందంతా చేస్తూనే ఉన్నాడు. చివరికిప్పుడు మిలటరీ వాళ్ళని కూడా ఊళ్ళల్లో దింపాడు.

యల్ల : ఎవళ్ళని సిపాయోళ్ళనా? ఆళ్ళుమరీ కటికోళ్ళంటగా.

కమల అయితేం? ఎలికబోను ఎలిక్కే ఉంటుంది. పులిబోను పులికే ఉంటుంది. వాళ్ళేలికేస్తే మనాళ్ళు కాలికేస్తున్నారు.

దాదా : ఏం వేస్తే ఏం లాభం? వాళ్ళకి తుపాకులున్నాయ్. మనకి లేవు.

యల్ల అదేనే సిన్నయ్యా, అసలొచ్చిన సిక్కు. నాకు మల్లె ఆణ్ణి కఱ్ఱబట్టుకొని బఱ్ఱిమీదికి రమ్మను. కనబడ్డది–దెబ్బకి నాయల టుఱ్ఱ్, కీ....

సుభాన్ : అందుకనే వీలున్నప్పుడు దెబ్బకి దెబ్బ తీస్తాం. వీలుతప్పితే తప్పుకొని ఆత్మరక్షణ జేసుకుంటాం.

యల్ల : ఆత్మరచ్చన: అదేందయ్యా సుభానయ్యా?

కమల : 'ఆత్మరక్షణ' అంటే ఏంలేదు యల్లమందా. మన్ని మనం కాపాడుకోవడమే.

యల్ల : (పక పక నవ్వుతూ) ఏందీ? మన్నిమనం కాపాడుకోటం? ఓయ్! మరి మన్ని మనం గాపాడుకోపోతే మత్తానయ్య గాపాడతడా? ఇక రెండు చేతుల్తో బువ్వదిన్నట్టే

సుభాన్ : అందుకనే మనంకూడా నేర్చుకుంటున్నాంగా!

రామి : ఏమిటి నేర్చుకునేది కబుర్లు. ఒకేపు పోలీసులొచ్చి ఊళ్ళో గూచుంటేను.

సుభాన్ : గిత్తో గిత్తో అంటూ నిన్నటినుంచి ఎక్కడా అంతులేదు. ఇప్పుడొచ్చి నన్ను డబాయిస్తున్నాడు. నేర్పలేదని.

దాదా : అయిపోయిన పెండ్లికి బాజా ఎందుకు? ఇప్పుడన్నా మొదలెట్టండి తొందరగా. (అంతా లేచి నుంచుంటారు: ఇంతలో రాముడు ప్రవేశం)

రాముడు : (వస్తూనే, సుబానయ్యా, సుబానయ్యా!

సీత : ఏమిటీ రాముడూ?

రాముడు : బాబయ్యగారిని పోలీసోళ్ళు పట్టుకొని దొరవారి కొట్టో పెట్టిన్రు.

కమల : ఎవరిని! మన్నయ్యానా?

(ఔనని రాముడు తల ఊపుతాడు)

రామి : పదండశ! ఇంకా జూస్తారేమిటి

రాముడు : ఆడకొద్దుబాబూ ఆడ చానామంది పోలీసులుండారు.

రామి : ఏంఉంటే తేలేదేమిటో ఇప్పుడే తేలుద్ది.

యల్ల : అంతే, ఇయ్యాల అటో ఇటో తేలాలిసిందే : లేకపోతే ఏంది?

దాదా : ఎప్పటికిమల్లే ఏదో మాటాడ్డానికి పిల్చాడనుకున్నా గాని, ఇంతకాడికే వస్తందనుకోలేదు.

కమల : అన్నయ్య అంతే అనుకున్నాడు లేకపోతే అసలు వెళ్ళేవాడే కాదు.

సీత : నాకు మొదటినుంచీ భయంగానే ఉంది. తీరా వెళ్ళేటప్పుడన్నా కూడా, "రామయ్యనన్నా వెంట తీసుకెళ్ళరాదా" అని.

సుభాన్ : మేంకూడా అక్కడే ఉంటాం అనుకొని వచ్చిఉంటాడు ఏం రాములూ ఆయన్ని అక్కడే ఉంచారా? నాకా (స్టేషన్) కి తీసికెళ్తన్నారా?

రాములు : అప్పుడే ఏడ తీసికెల్తారు బాబూ ఊరుమీదపడ్డానికి అంతా తయారవుతున్రు.

దాదా : ఊరుమీద పట్టానికా?

రాములు : ఇంకా పడ్డానికా ఏంది! ఈ పాటికి ఆళ్లు బయలుదేరి వత్తానేఉండాలి. (సీతమ్మతో) నే నెల్తానమ్మగారూ!

సీత : సరే వెళ్లు రాములూ

(రాముడు వెళ్ళిపోతాడు)

సుభాన్ : ఏం యల్లమంద! సమయం వచ్చింది. మన్ని మనం కాపాడుకోవాలి.

సీత : పదండయ్యా తొందరగా పదండి. ఆ పాపిష్టోళ్ళు ఎవళ్ళింటిమీద వచ్చి పడతారో:

యల్ల : ఎల్తాని కేంలే అమ్మా! మరి ఇక్కడో?

దాదా : నేనుంటానులే యల్లమందా. పదండి మీరు.

సీత : నీ విక్కడుంటే ఎట్టా దాదా! పిన్ని అసలే భయస్తురాలు. మాకేం ఫర్వాలేదులే.

దాదా : మీకు తెలవదులే అమ్మా. పెద్దోణ్ణి నేనుండికూడా మిమ్మల్ని ఒంటరిగా వదిలిపెడ్తే రేపు అబ్బాయి వచ్చి ఏం అనుకుంటాడు? మాఇండ్ల దగ్గిర సుభాన్ ఉంటేచాల్లే.

కమలం : మాకేం భయంలేదులే దాదా. మమ్మల్ని మేం రక్షించుకోగలం. మీబోటి

ముఖ్యులే ఇక్కడ గూచుంటే ఎలా? వెళ్లి ఇంటింటికి తిరిగి ముందు గ్రామాన్ని అంతా కట్టుదిట్టం చేయండి, పదండి.

రామి : సుభాన్ ముందు మనమిద్దరం గూడెం వెళ్ళివద్దాం పద.

సుభాన్ : దాదా నీవటెళ్ళి మన వెంకయ్యగారికి సుబ్బయ్య గారికి చెప్పిరా; యల్లమందా నీవెళ్ళి మీ పదిండ్లోళ్ళకి జెప్పు.

దాదా : సరే పదండి. చావో బతుకో ఇయ్యాల తేలిపోవాలి.

సీత : పదండి నాయనా పదండి. ఎన్నాళ్ళు బతుకుతాం ఈ పాడుబతుకు ఎప్పుడైనా చావాలిసిందే.

సుభాన్ : మనం జేసిన ప్రమాణం మళ్ళీ ఒకసారి జ్ఞాపకం తెచ్చుకోండి. బొందిలో ఊపిరి ఉండగా ఈ దేశముఖ్‌కి లొంగిపోగూడదు. మన జన్మహక్కులకోసం మనం తెగించి పోరాడుదాం. ఈ పోరాటంలో ఎప్పటికైనా విజయం మనదే. బోలో ఆంధ్రమహాసభకీ జై.

(కమల పాట అందుకుంటుంది. అందరూ కలిసి పాట పాడుతూ బయల్దేరి వెళ్ళుతూ ఉంటారు.)

ఆంధ్రుడా లేవరా
ఆంధ్రుడా బిరాన లేవరా ॥ఆంధ్రుడా॥
ఆంధ్రమాత వీరమాత అనెడి పేరునిల్పరా
కూలి-రైతు విప్లవాగ్ని జ్వాల లేపి నిలిచినా
నేలమట్టమౌను ధనిక పాలనంబు నేడెరా ॥ఆంధ్రుడా॥
నెత్తురొలికి పారినా నీది శిరసు రాలినా
కత్తిదూసి శత్రువులను గదిమి గదిమి కూల్చరా
ఆంధ్ర ప్రజలు మూడుకోటు లైక్యమై ఎదిర్చినా
బంధములను త్రెంచి విశాలాంధ్ర నిల్పగలమురా.... ॥ఆంధ్రుడా॥

(కమల, సీత మినహా అందరూ వెళతారు)

కమల : వదినా, అన్నయ్యలేదని వాళ్ళు గబగబా మనింటికే వస్తారేమో గడపదాటి లోపల అడుగు పెట్టనివ్వగూడదు.

సీత : నాఇంట్లోనే అడుగు బెట్టనిస్తానుగా. సరేగాని నీవు మాత్రం కాస్తి జాగ్రత్తగా ఉండమ్మా వాళ్ళసలే కోతిముండా కొడుకులు.

కమల : అయితే ఏం? మనమే అంతచేతులు జచ్చి ఉన్నామా?

సీత : అంతేలే. మనచేతనైనంత మట్టుకు మనం పోట్లాడదాం. నీవుమాత్రం తొందరపడక నేను జెప్పినమాటినుు.

కమల : ఏమిటి వదినా, అలా అంటావ్?

సీత : ఏం లేదులే అమ్మా నీవసలే చిన్నపిల్లవి. నీ విక్కడే వుండు, నే గడపలో నుంచుంటా.

కమల : అదేమిటి? నేనుకూడా నీతోపాటే నుంచుంటాను.

సీత : కాదులే. నీకు తెలీదులే, నేనే వుండాలి గడపలో, వాళ్ళసలే తాగుబోతు ముండాకొడుకులు. నాప్రాణం వుండగా నీవంటిమీద చేయి బడనివ్వను.

కమల : లోపలికి (పరుగెత్తికెళ్ళి వడిశాల తీసుకొస్తూ) మన చేతిలో ఈ ఆయుధం ఉండగా ఇంకా మనజోలికి రావడమే. (అంటూ బల్లపై కెక్కి వడిశాల తిప్పుతూ ఉంటుంది)!

సీత : (నవ్వుతూ) ఏం. కిందుండి నేను రాళ్ళందించనా?

(తెరలో పెద్ద కోలహాలం. సీతమ్మ గబగబా గడపదగ్గిరకు పరుగొత్తు కొస్తుంది. పోలీసులు తలుపుతోసుకొని లోనికి వస్తు ఉంటారు)

సీత : ఎవళ్ళురా మీరు ఇంట్లోకి వస్తారు?

పోలీసు : లే, అడ్డంలే, ముందు ఇల్లు సోదాచేయాలి.

సీత : ఎందుకు?

పోలీసు : 'లెవీ' ఎగ్గొడితే ఊరికే పోతుందనుకున్నావేం?

అమీన్ : (ప్రవేశించి పోలీసుతో) అరేహేమ్టీ చూస్తావ్ గదా; జల్దీ జల్దీ సామాన్ బైటిక్లాగేయ్ బే.)

(పోలీసులు లోపలికివెళ్ళబోతారు సీతమ్మ అడ్డంవస్తుంది. కమల లోపలికి పరుగెత్తుతుంది. "ఏయ్ జావ్, హటో" అంటూ అమీన్ సీతమ్మను బైటికి లాగుతాడు. సీతమ్మ పడిపోతుంది. పోలీసులు, రౌడీలు, అమీన్, మస్తాన్, దేశముఖు, పట్వారీల లోపల ప్రవేశిస్తారు. గాంధీ నెహ్రూ వగైరా నాయకుల ఫోటోల దగ్గిర నుంచి చేతికందిన ప్రతి సామాను బైటికి గిరవాటువేస్తూ ఉంటారు. కమల కారపుముంత తీసుకొని లోపలినుంచి వస్తుంది. కమలను చూచి దేశముఖు వికటంగా నవ్వుతూ "చిక్కక ఎక్కడికి బోతావులే పిల్లా " అంటూ చేతులు యాచుకొని గ్రుడ్లురుముతూ కమలదగ్గిరి కెళుతూ ఉంటాడు. సీతమ్మ త్వరత్వరగా లేచి పక్కనున్న రోకలిబండ అందుకొని వెనగ్గా వచ్చి

దేశముఖు తల మీదబెట్టి బాదుతుంది. దేశముఖు కెవ్వున ఒక పిచ్చికేకవేసి కింద బడతాడు. పోలీసులు, రౌడీలు, సీతమ్మమీద పడబోతారు. కమల కారపు ముంతలోంచి రెండు గుప్పెళ్ళకారం దీసి అందరికళ్ళల్లో కొడుతుంది. అందరూ కళ్ళు నలుపుకుంటూ ఉంటారు. ఇంతలో వెనకనుంచి ప్రజల జయజయధ్వానాలు వినబడుతూ ఉంటాయి. అందరికంటె ముందు దాదా పరుగెత్తుకుంటూ వస్తాడు.)

దాదా : ఆడోళ్ళమీద కెళ్ళడానికి మనుషలు గాదటరా మీరు. గాడ్దెకొడుకుల్లారా. (అంటూ సింహంలాగ గర్జిస్తూ వచ్చి పారిపోవడానికి తారాడుతూ ఉన్న పట్వారీని లాగి ఒకతన్ను తంతాడు. పట్వారీ ఆ దెబ్బకి గింగరాలు తిరిగి కిందబడతాడు. ఇంతలో అమీన్ తనచేతిలోఉన్న రివాల్వర్‌ని దాదావైపు గురిపెట్టి కాలుస్తాడు. దాదా పొత్తికడుపులో నుంచి గుండు దూసుకుపోతుంది. "అల్లా! అల్లా! అంటూ దాదా నేలమీద పడి తన్నుకుంటూ ఉంటాడు. పట్వారీ – దేశముఖులు లేచి మెల్లగా తప్పించుకొని పారిపోతారు. సీతమ్మ "దాదా దాదా" అంటూ పరుగెత్తు కొచ్చి దాదా తలను పట్టుకుంటుంది. అమీన్ మళ్ళీ రివాల్వర్ కాలుస్తాడు. గుండు తగిలి సీతమ్మ పడిపోతుంది. సుభాన్, రామిరెడ్డి యల్లమందలతో సహా ఇంకా కొందరు ప్రజలు పరుగెత్తుకుంటూ వస్తారు. అమీన్‌తో సహా పోలీసులుకూడా పిక్కబలం జూపి పరుగుబుచ్చుకుంటారు. "వదినా, వదినా" అంటూ కమల సీతమ్మ దగ్గిరకు వస్తుంది ఇంతలో మరోవైపు నుంచి చెమటగారుతూ రొప్పుతూ వీరారెడ్డి మంగలి రాముడు ప్రవేశిస్తారు.)

వీరా : (దాదాను జూచి) దాదా దాదా (అంటూ గుండె మీద చేయివేసి ముక్కు దగ్గిర వేలుబెట్టి చూస్తూ ఉంటాడు. మంగలి రాముడు లోపలికి పరుగెత్తి నీళ్ళు తీసుకొస్తాడు. వీరారెడ్డివైపు జూచి కమల అన్నయా, అంటూ కేకవేస్తుంది. వీరారెడ్డి సీతమ్మ దగ్గిరకు పరుగెత్తుకుంటూ వస్తాడు)

సీతమ్మ : (వీరారెడ్డి వైపుజూచి క్షీణస్వరంతో) దాదా, దాదా.

వీరా : ఇంకెక్కడి దాదా (మంగలి రాముడు దగ్గిర నీళ్ళు తీసుకొని సీతమ్మచేత రెండు గుక్కలు తాగిస్తాడు.)

సీత : దాదా పొయ్యాడా, పొయ్యాడా; పాపం మనకోసం.... చచ్చిపొయ్యాడా. (కొంచెంసేపు ఆగి కమలవైపు చూచి) ఏడవకమ్మా ఏడవకు; అబ్బాయేడీ?

(కన్నీరు తుడుచుకుంటూ కమల లోపలి కెళుతుంది)

(వీరారెడ్డితో) మీరెట్లా... వచ్చారు?

వీరా : (కన్నీరు తుడుచుకుంటూ) రాముడు తప్పించాడు.

సీతమ్మ : రాముడా? (రాముడువైపు జూస్తుంది)

రాముడు : (కండ్లనీళ్ళు తుడుచుకుంటూ) ఏం తప్పిస్తే ఏం లాబమమ్మా.

(అబ్బాయి నెత్తుకొని కమల ప్రవేశిస్తుంది. సీతమ్మ చేతులు చాచుతుంది. అబ్బాయిని కమల సీతమ్మ చేతుల్లోకి ఇస్తుంది.)

సీత : (అబ్బాయిని ముద్దాడి మళ్ళీ కమల చేతికిస్తూ) బిడ్డని నీచేతుల్లో బెడతన్నా, వీడికిక...నీవే...నమ్మా...తల్లివి.

(కమల అబ్బాయిని తీసుకుంటూ ఉంటుంది)

(తెర)

* * *

6

స మా ధు లు

(సీతమ్మ దాదా సాహేబుల సమాధులు కమల, వీరారెడ్డి, సుభాన్, రాముడు చేతులు జోడించి పాడుతూ ఉంటారు. వీరారెడ్డి చేతిలో బేబీ ఉంటుంది. సమాధులపై అగరువత్తులు వెలిగించి కమల వీరారెడ్డి చేతిలో నుంచి బేబీని తీసుకుంటుంది.)

దేశ సేవకులార తెలుగు జోదుల్లార
దేశానికై మీరు దేహ మర్పించార! ॥దేశ॥
మీకీర్తి చంద్రికలు మీ ధైర్య శౌర్యములు
లోకాన వ్యాపించి చీకటుల పొదోలె ॥దేశ॥
హిందువులు ముస్లిములు ఏకమై ఈనాడు
మీరక్త వాహినులు పారి తడిసిన చోట
స్వాతంత్ర్య ధ్వజమెత్తి జయగీతి పాడెదము ॥దేశ॥

రాముడు : ఇద్దరూ ఇద్దరే దేవతలు, ఇట్లాంటోళ్ళమీద తుపాకులు కాల్చిన్రు. రాచ్చసముండాకొడుకులు.

సుభాన్ : "నా బొందిలో ప్రాణం ఉండగా నీ వంటిమీద చేయబడనిస్తానా అమ్మాయీ" అంది. కంటిరెప్పలాగా ఎప్పుడూ నన్ను కనిపెట్టి ఉండేది.

రాముడు : కోప మెట్టాటిందో ఎరుగదు మాతల్లి. మా బోటి పనిబాగులోళ్ళనికూడా తూలి ఎప్పుడూ ఒక మాట అని ఎరగదు.

సుభాన్ : అదేమిటో! వాళ్ళిద్దరూ తండ్రీ బిడ్డలులాగా ఉండేవాళ్లు. నవ్వులాటకైనా సరే, దానిని మనం ఏమన్నా అంటే ఆమె ఊరుకొనేది గాదు:

కమల : దాదా మాత్రం వేళాకోళానికయినా వదినమీద మాట పడనిచ్చేవాడా! మమ్మల్ని మరీ తన కన్న బిడ్డల్లాగా చూచుకునేవాడు.

వీరా : మిమ్మల్నేకాదు. అందర్నీ అలాగే చూచుకునేవాడు. మనలో ఎవరికి ఏకాస్తి కష్టం కలిగినా ఆయనెంతో బాధపడేవాడు.

సుభాన్ : మనలో ఈ యిద్దరే ప్రతి దానికి వెనక్కు లాగుతారని అనుకునేవాణ్ణి. తీరా సమయం వచ్చేటప్పటికి మనందరి కోసం ముందు వాళ్లే బలిఅయ్యారు.

వీరా : మనతో పాటు ముందు ఆవేశంగా మాట్లాడకపోయినా ఏ పనిలో వాళ్లు మనకంటె వెనకబడ్డారు? సమయం వచ్చినపుడు ఎప్పుడూ ముందే నుంచునే వాళ్లు.

రాముడు : యిట్టాంటోళ్ళని పొట్టన బెట్టుకొని గాడిదకొడుకులు పారిపోయిన్రు. చిక్కినట్టుయితేనా? బతికుండగా గొయ్యితీసి పాతిపేట్టేవాళ్ళం.

సుభాన్ : పాతిపెట్టక అప్పుడే ఏమయింది? మనలో ఒక్కడు బతికున్నా సరే. ఈ దేశముఖు అంతుకనుక్కోకుండా వదిలిపెడతామా?

(పట్వారీ వెంకట్రావును రామిరెడ్డి వగైరా రైతులు మెడబట్టి నెట్టుకుంటూ ప్రవేశిస్తారు. వెంకట్రావు అమాంతంగా వచ్చి వీరారెడ్డి కాళ్ళమీద పడతాడు.)

వెంక : (ఏడ్చుకుంటూ)రక్షించాలి బాబో రక్షించాలి.

రామి : ఎమిట్రా? నిన్ను రక్షించాలా? పగలగొయ్యాలా? (అంటూ వెంకట్రావుమీద కెళతాడు)

వెంక : బాబో శరణాగతుణ్ణి. ఈ దీనుడికి ఇక మీరేదిక్కు; బుద్ధివచ్చింది.

కమల : (కోపంతో, మొన్న ఎక్కడబోయింది ఈ బుద్ధి. సిగ్గులేదూ! వేలు బెట్టినన్ను జూపించావే మొన్న దేశముఖుకి. నాబోటి పిల్లలు నీకులేరూ, దుర్మార్గుడా.

రామి : ఏంస్టు? వీడేనా నీమీదికి దేశముఖుని ఉసికొల్పింది? ఏంరా గాడిద. (లాగి ఒక తన్ను తంతాడు)

వెంక : (క్రిందబడి చేతులు జోడించి) అపరాధిని బాబో . బుద్ధి గడ్డితింది. పిల్లలు గలాణ్ణి.

వీరా : ఎవళ్ళకి లేరు పిల్లలు?

సుభాన్ : (కమల చేతిఓనుంచి బేబీని తీసుకుంటూ) ఎంతమంది ఇలాంటి పిల్లల ఉసురుగట్టుకున్నావురా నీవు. ఈబిడ్డ తల్లిరక్తం తాగింది నీవుకాదూ?

వెంక : ఈపాపం నేను జేయలేదు బాబూ. దైవసాక్షిగా జెప్పుతున్నాను. ఈ కాల్పులతో నాకేం సంబంధం లేదు.

రాముడు : నోట్లో పురుగులు పడ్తయ్. ఆ మాతల్లిని చంపించింది గాక ఇప్పుడుకూడా అబ్దదాలెందుకు? గదిలో కూసోని అమీన్‌తో గుసగుస లాడింది నీవుగాదూ? (వీరారెడ్డిని జూపించి) ఈ బాబయ్యని కొట్టోబెట్టి మేం వచ్చిందాకా జాగర్తగా కాపలా గాయమని నాతో జెప్పలా."

వెంక : దుర్మార్గుణ్ణి బాబో. ఇక మీ రేమన్నా జేయండి మీకాళ్ళమీద బడుతున్నా. ఉద్యోగధర్మం గాబట్టి అలా ఏడవాలిసి వచ్చింది. గుమస్తా ముండాకొడుకుని నాదేముంది. బాబు. ఆ దేశముఖ్ చెప్పినట్టల్లా చేశాను.

రామి : మాదగ్గిరంటరా నీ దొంగఏడ్పులు. అమ్మ పుట్టిల్లు మేనమామకి తెలియదటరా? అసలీ ఊరికి తిప్పలు దెచ్చిందీ మా కొంపలన్నీ తీసింది నీవుగాదటరా గాడిద (మళ్ళీ తన్నబోతాడు.)

వెంక : చేశానుబాబో చేశాను. బుద్ధి వచ్చిందని లెంపలు వేసుకుంటున్నా-క్షమించండి. ఇక ఈలాటి బుద్ధి తక్కువ పను లెప్పుడూ జేయను.

కమల : ఛీ నీచుడా! నీకాబుద్ధి? ఇక నిన్ను తగలేసిన్నాడే నీకు బుద్ధి వచ్చేది.

వెంక : (చెంపలేసుకుంటూ) చెంపలేసుకుంటున్నా తల్లీ. ఇక మీరు చెప్పినట్టే నడుచుకుటా. మీరు దూకమన్న గోతిలో దూకడానికి సిద్ధంగా ఉన్నా. (చేతులు జోడిస్తూ) హరేందాసుణ్ణి మీరే జరిమానా విధించినా చెల్లించుకుంటా. మీరే శిక్ష వేసినా అనుభవిస్తా.

రామి : శిచ్చ. ఇంకా శిచ్చేమిటి? ఈ గోరీలతో పాటు నీకూ ఒకగోరీ కట్టడమే.

కమల : ఈ దేవతల గోరీలపక్కనా ఈ నీచుడికి గోరీకట్టేది?

రాముడు : నిజమేనమ్మా. మంచిమాట సెప్పావు.

వీరా : (పట్వారీతో) నీవు జేసిన దుర్మార్గాలకి నిన్ను ఉరి దీసినా పాపంలేదు. నీ కల్లబొల్లి కబుర్లునమ్మి నిన్నింకా ఊళ్ళో ఉండనివ్వండం, మళ్ళీ మా గొంతుకల కుచ్చు బిగించుకోడమే. ఛీ, నీమొఖం చూసినా పాపం, పో అవతలకి.

రామి : జాగ్రత్త. మళ్ళీ ఈఊళ్ళో అడుగు బెట్టావా అంటే బతికి బైట బడవు.

వెంక : (వీరారెడ్డితో) నాపెండ్లాం బిడ్డల్ని వదలి ఎక్కడికి పోను బాబూ?

వీరా : ఎక్కడకన్నా బో ఏట్లోకి. నీతోపాటే తీసికెళ్లు నీపెండ్లాం బిడ్డల్ని.

వెంక : ఈగడ్డ వదిలి పెండ్లాం బిడ్డలతో ఎక్కడికిపోయి, ఏందిని బతకను? అన్యాయంగా జచ్చిపోతా బాబూ.

రామి : ఏం చచ్చిపోతే. అసలు నీవు చావాలిసిందే.

సుభాన్ : ఈగడ్డంతా నీ తాతగాడి ముల్లే? నీవు కష్టపడి సంపాదించి చచ్చావా? ఇదంతా మా పొట్టగొట్టి కాజేసిందేగా.

వీరా : వేలకువేలు మా దగ్గిర లంచాలు కాజేసి మేడ గట్టించుకొని అందులో కులుకుతూ కూర్చుందామనుకున్నావా? పద;నడువు ముందు బైటకి.

వెంక : నేను దీసుకున్న లంచాలన్నీ ఇచ్చేస్తా బాబు, నా పొలంమాత్రం నాకు వదలి పెట్టండి.

వీరా : నీవు తీసుకున్న లంచాలన్నీ లెక్కకడితే, నీఆస్తి మిగలదు, నీవూ మిగలవు. బతకదల్చుకుంటే నడువు ముందు బైటికి.

(యల్లమంద మస్తాన్‌ను లాక్కొస్తూ ఉంటాడు)

యల్ల : నడువ్, నడువ్ (మస్తానును తోసుకొస్తూ పట్వారీని చూచి) వోయ్. చిక్కిందే పిలకోడు (పట్వారీ మెడబట్టుకొని ఊపుతూ) నాయాల కొట్టి ఏలుముద్దర ఏయిత్తావ్.

(మస్తాన్ తలవంచుకొని నుంచుంటాడు)

సుభాన్ : ఛూ, నీజన్మ తగలెయ్య, సిగ్గులేక ఇంకా బతికుండావ్. ఎందులోఅన్నదూకి చావకపొయ్యావా? దాదాని, సీతమ్మగారిని పొట్టన బెట్టుకున్నావు చాల్లా?

యల్ల : తేరగా వచ్చిందని దేవరపోతు మాంసం తెగదిని చూడు ఎట్ట బలిసిండో.

సుభాన్ : ఛీ.ఈ దుర్మార్గుడిక్కడెందుకు? మెడబెట్టిగెంటక వాడితోపాటు (మెడబెట్టి గెంటుతాడు)

రామి : (పట్వారీని చూచి) ఇంకా నీవిక్కడేచచ్చా వెందుకు, ఫో, వాడితోపాటు నీవుకూడా. (జుట్టుపట్టుకొని బైటికి లాగుతాడు)

కమల : ఈ గాడిదలిద్దరూ చిక్కారుగాని అసలోడు చిక్కలేదే!

యల్ల : వోడు? దేశముఖా? ఆడు అమీన్‌తోగలిసి నల్లగొండ పారిపోయిండు. ఎంటపడితే దొరకల నాయాళ్ళు. గుర్రాలేసుకుని ఉరికిర్రు.

(రామిరెడ్డి సుభాన్లు మళ్లీ ప్రవేశిస్తారు)

రాముడు : పీడ వదిలింది.

వీరా : పదండి పోదాం. మన పొలాలు మనం ఆక్రమించుకుందాం.

కమల : ఎన్నాళ్ళనుంచో మన తల్లి భూదేవి ఈ పాపాత్ముడి చెరలో ఉంది. పదండి. మనభూమిని మనం వదిలించుకుందాం.

రామి : ఇక నా గిత్తలకి మేత కరువులేదు. మళ్లీ నాబీడు నాకొచ్చింది.

రామి : (సంతోషంగా వీరారెడ్డితో) ఏం బాబూ, మళ్ళీ మా మంగలి మాన్యం మా కొచ్చినట్టేగా!

సుభాన్ : ఇంకా వచ్చినట్టేనా ఏంటి? వెళ్ళీ అరకకట్టక!

వీరా : ఈనాటికి తిరిగి మళ్ళీ మనభూములు మన కొచ్చాయి. కాని ముందు మరో ప్రమాదం రాబోతూఉంది. మనమంతా తగిన జాగ్రత్తగా ఉండాలి.

యల్ల : ఇంకేం బయముంది బాబూ. ఆ ముదనష్టపోడు ఆడి దారిని ఆడు బోయిండుగా!

వీరా : అప్పుడే ఎక్కడబోయాడు? వాడు జేయలిసిన కుట్ర అంతా చేస్తూనే ఉంటాడు. పట్నంకూడా పోయి ఈసారి మిలటరీనే తీసుకొస్తాడు అవసరమైతే ఇంకా తెల్లసైన్యాన్ని కూడా దింపుతాడు.

రామి : ఏం దింపితే? మా బొందిలో ఊపిరి ఊండగా మళ్లీ మాపొలాలు వదిలిపెడతామా?

సుభాన్ : సంఘ బలంతోనే ఇప్పుడు దేశముఖ్‌ని ఎదిరించాం.రేపు నవాబు వచ్చినా, తెల్లోళ్ళ వచ్చినా ఈ సంఘబలంతోనే ఎదిరించుదాం. మనగడ్డని మనం కాపాడుకుందాం.

కమల : అంతే మనమంతా ఇలాగే కట్టుగా ఉంటే తెల్లోళ్ళు కాదు, వాళ్ళ తాతలొచ్చినా మన్ని ఏమీ చేయలేరు.

యల్ల : ఈజాతోళ్ళు, కోతోళ్ళు ఏం జేత్తారే పదండశ. ఎవడి పొలంలో ఆడు ఇల్లేసుకుందాం ఏం రాములూ?

రాముడు : అంతేనయ్యా. యల్లమందయ్యా, నా పాణం బోయినా సరే. ఇంకా నామాన్నెం వదిలిపెడతానా?

వీరా : అలా ఉండాలి. అవసరమయితే ఇంటికొకడు బలి అయిపోవాలి. పొలంమీద హక్కుమనదే; ఈహక్కు కోసమే సీత తన ప్రాణాన్ని ఇచ్చింది. దాదా బలి అయిపొయ్యాడు. మళ్ళీ మన పొలాన్ని మనం వదలి పెట్టడమంటే దాదాకి, సీతకి ద్రోహం చేసినవాళ్ళం అవుతాం.

సుభాన్ : నిజమే బందగీ సమాధిదగ్గిర మొదట మనం సంఘంబెట్టుకుంటాం అని ప్రమాణం చేశాం. మళ్ళీ ఈ సమాధుల దగ్గిర ప్రమాణం చేయండి. "ప్రాణంబోయినా మాభూమి వదలం"

అందరూ: "ప్రాణంబోయినా మాభూమి వదలం"

వీరా : దున్నేవారిదే భూమిహక్కు!

అందరూ : దున్నేవారిదే భూమిహక్కు!

కమల : బోలో, ఆంధ్రమహాసభకీ జై!

అందరూ : బోలో ఆంధ్రమహాసభకీ జై!

వీరులారా రణధీరులార నిరు
పేదలార ఇదె కదలండోయ్॥
పౌరుషమేదో చూపి దేశమును
ప్రజారాజ్యమును నిలపండోయ్॥
భూమిలేని రైతేమి రైతురా
భూమినిదున్నే బానిసరా॥
బానిస బ్రతుకునకంటె హేయమీ
ప్రపంచమున లేనే లేదోయ్॥
బానిసలంతా ఏకమైన ఈ
ప్రభువు లెంతరా ఒకక్షణమే॥
పగలురాత్రి కష్టించి భూములను
పగులదున్ని పండించెదమోయ్॥
దున్నేవారిదె హక్కు భూమిపై
ఇది మా భూమేనోయ్
ఇది మా భూమేనోయ్॥

సమాప్తం